संगीत सान्निध्य

सारंगी आंबेकर यांचे प्रकाशित साहित्य

सुंबरान (ललितलेख)
    प्रस्तावना : प्रा. सुधीर रसाळ

संगीत सान्निध्य

सारंगी आंबेकर

प्रस्तावना

डॉ. अश्विनी भिडे-देशपांडे

पॉप्युलर प्रकाशन, मुंबई

संगीत सान्निध्य
(म-१३४१)
पॉप्युलर प्रकाशन
ISBN 978-81-955127-7-5

SANGEET SANNIDHYA
(Marathi : Essays on Music)
Sarangee Ambekar

Email: saarangee2976@yahoo.co.in

पहिली आवृत्ती : २०२१/१९४३

मुखपृष्ठ : केतन चांदोरकर

प्रकाशक
हर्ष भटकळ
पॉप्युलर प्रकाशन प्रा. लि.
३०१, महालक्ष्मी चेंबर्स
२२, भुलाभाई देसाई रोड
मुंबई ४०० ०२६

अक्षरजुळणी
संतोष गायकवाड
पिंपळे गुरव
पुणे ४११ ०२७

माझी आजी
मंगला महादेव देवस्थळे
हिच्या अपरंपार निरपेक्ष मायेला
तिने पाहिलेल्या स्वप्नांना
आणि
महादेव भास्कर देवस्थळे
यांच्या कलासक्त गर्भश्रीमंतीला...

प्रस्तावना

सारंगी आंबेकर हिच्या 'संगीत सान्निध्य' या पुस्तकासाठी हे चार शब्द लिहिताना मला अतिशय आनंद होतो आहे. सारंगी ही माझ्या पाठोपाठ माझ्या आईकडे - सौ. माणिक भिडे यांच्याकडे - शिकणाऱ्या होतकरू, गुणवती विद्यार्थ्यांपैकी! त्यामुळे मला धाकट्या बहिणीसारखी! तिने अन् मी एकत्र गुरूसमोर बसून शिकण्याचे प्रसंग फार आले नसले तरी आमचे दोघींचे सांगीतिक संस्कार एकच, शैली समान, भाषा तीच, सौंदर्यतत्त्वं सारखीच, साधनेचा मार्गही समान, ध्यास अन् ध्येयही एकच! संगीताच्या प्रदेशातली मुशाफिर सारंगी जरी माझ्या खूप ओळखीची असली, तरी साहित्यप्रांतातली तिची मुशाफिरी माझ्यासाठी नवी होती. गेल्या पाच-सहा वर्षांपासून तिच्या साहित्यक्षेत्रातल्या भराऱ्या मी पाहते (वाचते) आहे, आणि त्या मला भावतही आहेत.

प्रस्तुत पुस्तकातले सारंगीचे लेख हे तिने गेल्या काही वर्षांत 'सामना' वृत्तपत्राच्या रविवार पुरवणीत किंवा फेसबुक वर लिहिलेल्या विविध लेखांचं संकलन आहे. विषयाचा आवाका चौफेर असला, तरी सर्वच लेखांत संगीताचा समान धागा आहे. संगीत आणि साहित्य या दोन्ही विषयांवरचं तिचं प्रेम या लेखनातून वाचकांना सहज जाणवतं. सारंगीच्या लहानपणीच्या जडणघडणीच्या काळात या दोहोंनी किती मोलाची कामगिरी बजावली आहे, हे आपल्या अगदी सहज लक्षात येतं आणि लेखनातून भेटणाऱ्या सारंगीच्या सुसंस्कारित, सघन, सखोल संवेदनशीलतेचं मर्महीं उकलतं. तिच्या या गुणांचा वाचकांवर परिणाम झाल्याशिवाय राहत नाही आणि सहजगत्या वाचकही तिच्याबरोबर श्रावणसरींत न्हाऊन निघतो,

पावसाची अजरामर गाणी गुणगुणतो.... हल्लीच्या काळात जाणवणाऱ्या संस्कारांच्या ऱ्हासामुळे व्यथितही होतो. पण सारंगीने या व्यथित होण्याला महत्त्व न देता या अनुभवांतून मिळणाऱ्या आनंदाला अन् संपन्नतेलाच जास्त असोशीने रेखाटलं आहे. त्यामुळे तिचं हे लेखन वाचकाला सकारात्मक ऊर्जा देऊन जातं.

ढोबळ मानाने पाहता, या पुस्तकातल्या लेखांचं मला चार गटांत वर्गीकरण करता आलं. पहिला गट आहे, तो व्यक्तिचित्रांचा! या गटात चारच लेख आहेत. तिच्या (आणि माझ्यासुद्धा) गुरू माणिकताईंवरचा लेख फारच उत्तम जमला आहे. संगीताच्या दुनियेतलं गुरु-शिष्य नातं लक्षात घेता, ते तसं झालं नसतं तरच नवल होतं. माणिकताईंवर लिहीत असता तिच्याकडून नकळत गुरु-शिष्य नात्यावरही प्रकाश टाकला गेला आहे, जो मोलाचा आहे. हा लेख विस्तृत असला तरी रंजकतेच्या बाबतींत कुठंही तडजोड न करणारा झाला आहे. त्या मानाने तिचे वर्तमान गुरू पं. रामदास भटकळ यांच्यावरचा लेख फारच आटोपशीर आहे. कदाचित मूळ लेखनावर शब्दमर्यादेचं बंधन पडल्यामुळे असं झालं असावं! इतर दोन व्यक्तिचित्रणात्मक लेख हे तिच्या समकालीन कलाकारांच्या (पं. मिलिंद रायकर व पं. विश्वनाथ व विदुषी सीमा शिरोडकर यांच्या) व्यक्तिमत्त्वाचा वेध घेणारे आहेत आणि अतिशय मनोज्ञ साकारले गेले आहेत.

'संगीत सान्निध्य'चा दुसरा गट आहे सारंगीने समालोचन - नव्हे रसास्वादन - केलेल्या पुस्तकांचा! यांत प्रसिद्ध व्यक्तींनी एकमेकांना लिहिलेल्या पत्रांचं संकलन असलेल्या 'विश्रब्ध शारदा'चा जसा अंतर्भाव आहे, तसाच एका संगीतकाराने (प्रा.बी.आर.देवधर) इतर समकालीन संगीतकारांच्या रेखाटलेल्या व्यक्तिचित्रांचे दोन संग्रह समाविष्ट आहेत. संगीतविषयक लेखनात मैलाचे दगड ठरलेल्या 'घरंदाज गायकी' किंवा 'माझा संगीत व्यासंग' या पुस्तकांना तिने पुनर्भेट दिलेली आहे. केशवराव भोळे, सीताकांत लाड, गोपाळकृष्ण भोबे अशा संगीतलुब्धांच्या आत्मकथनातूनही ती आपल्याला फिरवून आणते. या साऱ्या पुस्तकांतून जसे आपल्याला त्यांत वर्णिलेले कलाकार भेटतात तशीच त्या

लेखकांशीही ओळख झाल्यासारखं वाटू लागतं. सारंगीने केलेलं या पुस्तकांचं समालोचन वाचल्यावर मला तर ही पुस्तकंदेखील जिवंत व्यक्तिमत्त्वं भासू लागली! माझी खात्री आहे, सारंगीचंही असंच झालं असणार!

'संगीत सान्निध्य'चा तिसरा गट सारंगीच्या सांस्कृतिक जडणघडणीत महत्त्वाचा हिस्सा ठरलेल्या, तिच्या जीवनशैलीचा अविभाज्य घटक बनलेल्या संगीत व साहित्य विषयक संस्कारांचा मागोवा घेणाऱ्या लेखांचा आहे. रेडियोवर रोज सकाळी लागणारा 'मंगल प्रभात' हा कार्यक्रम असो, आजीबरोबर दर वर्षी महिनाभर दररोज पहाटे साधलेली देवळातली काकड आरती असो, की श्रावण महिन्यातल्या विविध सणावारांशी निगडित असलेल्या सांस्कृतिक घडामोडी अन् त्यांतल्या संगीताविष्कारांतलं वैविध्य.... हे सर्व लिहिताना सारंगीची लेखणी अगदी बहरून येते.

या पुस्तकातल्या सारंगीच्या लेखांचा चौथा गट हा तिच्या स्वतंत्र विचारांचा वेध घेतो, तो कोणत्याही प्रसिद्ध कलाकारांच्या व्यक्तिमत्त्वांचा किंवा पूर्वप्रसिद्ध पुस्तकांचा मागोवा घेत नाही. माझ्या मते, या पुस्तकाचा शिखरबिंदू हाच गट मानता येईल. हा आकाराने देखील मोठा आहे, आणि या गटातले सर्व बारातेरा लेख प्रामुख्याने सारंगीने मांडलेल्या 'व्यासपीठ' या संकल्पनेचा विस्तार करणारे आहेत. एखाद्या 'सिद्ध रागा'त ताकदीच्या कलाकाराने विलंबित लयीत रागबढत करीत रागाचं भव्यदिव्य असं देखणं शिल्प उभारावं तसंच 'व्यासपीठा'चं विवेचन सारंगीकडून रंजक, रचनात्मक, सौंदर्यपूर्ण, बांधेसूद असं साकारलं गेलं आहे.

जुन्या जमान्यात मंदिरांतल्या, त्यानंतरच्या काळात सम्राट, राजेमहाराजे, नवाब अन् संस्थानिक आश्रयदात्यांच्या दरबारातल्या 'व्यासपीठा'पासून ते आजतागायत व्यासपीठाने स्वीकारलेली अनेक रूपं रेखाटताना सारंगीने इतिहासात केलेली मुशाफिरी, संगीतेतर संस्कृती व तत्कालीन जनजीवनाचा केलेला अभ्यास आणि हे सारं खुलवण्यासाठी घेतलेलं कलात्मक स्वातंत्र्य ही मुळातूनच वाचण्यासारखी गोष्ट आहे. शंभर-सव्वाशे श्रोत्यांच्या उपस्थितीत घडणारी 'म्यझिक सर्कल'ची बैठक असो, बंद वातानुकूलित सभागृहात आठशे-हजारभर श्रोत्यांच्या साक्षीने घडणारा 'संगीत समारोह'

असो, की मैदानात मांडव घालून केलेला काही हजार श्रोत्यांच्या उपस्थितीतला 'सवाई गंधर्व' सारखा उत्सवी सोहळा असो; 'व्यासपीठा'ने अशी अनेक रूपं बदलली. 'खास' श्रोत्यांसाठीच्या 'शास्त्रीय' संगीताव्यतिरिक्त तत्कालीन समाजाच्या 'जन संगीता'ने आम श्रोत्यांच्या पुरवलेल्या गरजा सारंगीने लोकसंगीताचे दाखले देऊन सिद्ध केल्या आहेत. या सर्व 'लाईव्ह' संगीताविष्कारात श्रोत्यांना 'प्रत्यक्ष' सहभागी करून घेण्याच्या प्रक्रियांव्यतिरिक्त नाटकांच्या आणि चित्रपटांच्या 'व्यासपीठां'वरून संगीत समाजाभिमुख होत राहिलं. त्याचा विस्तृत आढावा सारंगीने अभ्यासपूर्वक मांडला आहे. संगीत 'रेकॉर्ड' करण्याची सुविधा उपलब्ध झाल्यानंतरच्या काळात आधी 'आकाशवाणी' आणि नंतर 'दूरचित्रवाणी' या व्यासपीठांनी मोलाची भर घातली, त्याचंही चित्रण सारंगीने समर्थपणे केलं आहे.

गेल्या दीड वर्षांपासून जगात करोनाचं थैमान सुरू झालं. संगीताचं प्रत्यक्ष मंचीय सादरीकरण बंदच पडलं. आणि मग 'ऑनलाइन' संगीताविष्काराचं अनिवार्य व्यासपीठ निर्माण झालं. तसं तसं हे आभासी जगत गेल्या काही वर्षांपासून उपलब्ध होतंच. आणि अनेक कलाकार, स्वत:हून किंवा स्वत:ची इच्छा नसतानाही, इतरांनी केलेल्या प्रयत्नांमुळे यूट्यूब, फेसबुक वगैरे 'व्यासपीठा'वर प्रकट होत होतेच. पण करोनाच्या अवतारानंतर या आभासी व्यासपीठाखेरीज गत्यंतरच राहिलं नाही. बरं! असा आभासी 'ऑनलाइन' कार्यक्रम करणं कलाकारांसाठीही सोयीचं – जेथे गायला बसतील तिथेच व्यासपीठ! आणि श्रोत्यांसाठीही सोयीचं – कार्यक्रमाच्या ठरावीक वेळी हजर राहण्याचं बंधन पाळावं न लागता, स्वत:च्या सोयीने केव्हाही, कुठंही कार्यक्रम ऐकावा! करोनाच्या सुरुवातीच्या काळात अशा 'व्हर्च्युअल' कॉन्सर्ट्सचा अगदी महापूर लोटला. पण मग हळूहळू कलाकारांना अन् श्रोत्यांना त्याच्या मर्यादा जाणवू लागल्या. खराखुरा 'जिवंत' जिवलग मित्र असणं, आणि फेसबुक 'फ्रेंड' असणं या दोन्हीत जसं जमीनअस्मानाचं अंतर असतं तसंच या 'व्हर्च्युअल' मैफलीत आणि समोर बसून ऐकलेल्या 'लाईव्ह' सादरीकरणात असतं. पण या महामायाजालाचा लेखाजोखा मांडताना

आणि ‘आभासी’ व्यासपीठाचं मूलूयमापन करताना सारंगीने कुठंही ‘गेले ते दिवस’ असा निराशावादी सूर लावलेला नाही. तिची प्रतिक्रिया संयत अन् सकारात्मकच आहे.

सारंगीचं सकस लेखन तिच्यावर झालेल्या चांगल्या संस्कारांचं प्रतिबिंब आहे. एखाद्या सुंदर, नैसर्गिक रीत्या फुललेल्या फुलाचा एका समर्थ फोटोग्राफरने काढलेला फोटो जसा त्या फुलाचं सौंदर्य अनेकगुणित करतो, तसं मला सारंगीचं हे लेखन वाटलं. तिने ज्या पुस्तकांवर लिहिलं आहे, ती सारी आपल्या ओळखीची आहेत. त्यांचा स्वतंत्र आस्वाद आपण कधीही घेऊ शकतो. पण सारंगीचा दृष्टिकोन आपल्याला एक वेगळा आनंद देऊन जातो. असंच काहीसं तिनं वर्णिलेल्या व्यक्तींबाबतही होतं, आणि तिने उल्लेखलेल्या गाण्यांबाबतींतही! तिच्या स्वतंत्र विचारांची व्याप्ती आणि आवाका तर उल्लेखनीय आहेच, पण तो पुढेही वाढता राहण्यासारखा आहे. तो तसा वर्धिष्णू होवो. तिला तिच्या मनातल्या अन्य विषयांवर लेखन करण्याची प्रेरणा लाभत राहो, आणि ते प्रत्यक्षात उतरण्यासाठी संधी मिळो....लेखनाचं हे ‘व्यासपीठ’ तिला सुफळ, संपूर्णपणे लाभकारी ठरो, या सदिच्छेसह इथंच थांबते.

दि. ३० ऑगस्ट २०२१ **– डॉ. अश्विनी भिडे-देशपांडे**
मुंबई

भूमिका

'सामना' दैनिकाच्या रविवार पुरवणी मध्ये २०१६ साली संगीत विषयक सदराचं नाव 'संगीत सान्निध्य' ठरवण्यामागे कळत नकळत जे विचार होते ते सांगण्याची संधी मला या पुस्तकामुळे मिळत आहे. संगीताशी जडलेला हा स्नेह माझ्या जन्मापासून सुरू झाला. श्रोता, रसिक, विद्यार्थी, अभ्यासक, गायक, शिक्षक अशा वेगवेगळ्या भूमिकांतून तो वृद्धिंगत होत राहिला. त्यामुळे कलाकार किंवा मैफल गायक होणं याही पलीकडे संगीत साहचर्याचा निखळ आनंद अनेक मार्गांनी अनुभवता येऊ शकतो हे पक्कं लक्षात आलं.

संगीत परंपरेत नादब्रह्माचा आनंद देऊ शकणारे गायक कलाकार निष्ठेने व जोमाने साधना करताना दिसतात, मात्र संगीतज्ञ, विश्लेषक, समीक्षक, विचारवंत आणि गायक अशी दुहेरी भूमिका निभावणारे कलाकार हाताच्या बोटांवर मोजण्याइतके असावेत हे वास्तव खेदजनक आहे.

जुन्या जमान्यातील कलाकारांचे ध्वनिमुद्रण ऐकण्याप्रमाणेच त्यावरील रसास्वाद लिहिणे वाचणे हाही निःसंशय मननीय व संगीतविषयक जाणिवा परिपूर्ण करणारा आवश्यक घटक आहे, या धारणेतून मी लिहू लागले. माझ्या गुरूंची शब्दचित्रं, शास्त्रीय दृष्टिकोनाबरोबरच लिखाणात साहित्यिक मापदंड गणले जावे अशा विस्मृतीत गेलेल्या पुस्तकांचे व लेखकांचे परिचय आणि संगीत ही प्रयोगकला असल्यामुळे व्यासपीठाच्या व्याप्तीचा वेध व विस्तार सांगणारे लेख, तसेच ऋतुचक्राशी निगडित व दैनंदिन

सामाजिक पार्श्वभूमीतलं संगीताचं माझं आकलन मांडायचा प्रयत्न मी याअंतर्गत केला आहे.

संगीतासोबत साहित्य हाही माझ्या ध्यासाचा विषय आहे. आवडलेल्या काही पुस्तकांवरील लेख 'सुंबरान' या एका स्वतंत्र पुस्तकात प्रसिद्ध होत आहेत.

दि. २३ ऑगस्ट २०२१ **– सारंगी आंबेकर**

मुंबई

ऋणनिर्देश

माझी आई ही गाण्यातली माझी प्रथम गुरू. त्यानंतर शास्त्रीय संगीतातील प्राथमिक धडे श्री. विनायक कुंटेमास्तर यांच्याकडून मी घेतले.

दरम्यान सांगीतिक प्रवासात माझे शालेय व महाविद्यालयीन शिक्षक आणि मित्रमैत्रिणी यांनी वेळोवेळी केलेल्या कौतुक व प्रोत्साहनासाठी मी त्यांची नेहमीच ऋणी असेन.

मुरलीधर पाध्ये व कुटुंबीय, श्री. वसंत विष्णुपुरीकर, मित्र गिरीश कापशीकर, श्री. हेमंत नानिवडेकर, माझे मामा व मामी सौ. प्रज्ञा व श्री. विनायक देवस्थळे यांनी माझ्या सांगीतिक प्रगतीविषयी जागरूक आस्था ठेवली व सहकार्य दिले.

प्रसाद आंबेकर यांनी मला संगीतात पदव्युत्तर शिक्षण घेण्यास भाग पाडले व माझे संगीतविषयक आकलन आणि जाणिवा समृद्ध होण्यासाठी अपार कष्ट घेतले ज्याचे वर्णन करणे अशक्य आहे.

माझी आत्या सौ. रोहिणी व काका श्री. सुधीर भिडे यांचीही संगीत शिक्षणात मोलाची मदत झाली. ललित कला केंद्र (पुणे विद्यापीठ) आणि लार्सन अँड टुब्रो (पवई) यांचाही माझ्या एकूण प्रगतीमधे सिंहाचा वाटा आहे.

तर विदुषी माणिक भिडे, श्री. विनायक गोखले, श्री. रामदास भटकळ या तीन भाग्ययोगांची उकल माझ्या कुवतीपलीकडील आहे. याचबरोबर कै. सरलाताई भिडे व श्री. अरुण द्रवीड यांच्याकडून मिळालेल्या मार्गदर्शनामुळे माझ्या सांगीतिक कलादृष्टीने सौंदर्यपूर्ण बाळसे धरले.

पुस्तकाच्या निमित्ताने मी या सर्व गुरुजनांना वंदन करते.

भक्ती भाळवणकरमुळे मी लिहिती झाले. आणि या प्रवासात माझी लेक देवश्री हिने मला नेहमीच भक्कम साथ दिली.

डॉ. अश्विनीताई भिडे देशपांडे हिने लिहिलेल्या प्रस्तावनेमुळे 'संगीत सान्निध्य'चा गौरव झाला आहे अशी माझी भावना आहे.

अक्षरजुळणी करणारे संतोष गायकवाड, मुखपृष्ठ साकारणारे केतन चांदोरकर व पॉप्युलर प्रकाशन परिवार यांच्या सहकार्यामुळेच हे पुस्तक साकार होत आहे.

माझ्या सर्व विद्यार्थ्यांमुळे माझ्या संगीतानुभवाची व व्यासंगाची परिप्रेक्षा विस्तारली.

सर्वांत शेवटी पण सर्वाधिक महत्त्वाचे म्हणजे माझी आई सौ. अनिता, वडील श्री. अशोक एकनाथ हळबे आणि बहीण सौ. धनश्री खांडेकर यांच्या प्रत्यक्ष अप्रत्यक्ष कलासक्त संस्कारांमुळे व शिक्षण, व्यवसाय यांच्या निवडीबाबत दिलेल्या संपूर्ण स्वातंत्र्य व निरपेक्ष सहभागामुळेच हे शक्य होत आहे.

दि. २५ ऑगस्ट २०२१
मुंबई

– सारंगी आंबेकर

अनुक्रम

"नादरूपः स्मृतो ब्रह्मा नादरूपो जनार्दनः ।
नादरूपा पराशक्ति नादरूपो महेश्वरः ।।"

– मतंगमुनी

१
संगीतात चिंब भिजलेली मंगलप्रभात

बालपण, शाळा म्हटलं की सामान्यपणे आठवणींच्या झुल्यावर बसून कातर न होणारा विरळाच! शाळा हा विषय जरी आजच्या पिढीच्याही जीवनात 'अढळ' आणि 'अटळ' स्थान ही कायम ठेवून असला तरी रेडिओ मला शाळेइतक्याच जिव्हाळ्याने आठवतो. मात्र तो अस्तंगत होण्याच्या मार्गावर आहे, या विचाराने एक अजब खिन्नता दाटून येते.

पंधरावीस वर्षांपूर्वीपर्यंत जवळजवळ आठ तास मुलांचा पिट्ट्या पाडणाऱ्या शाळांचं प्रस्थ सुरू झालं नव्हतं. शाळा बहुतेक करून सकाळी आणि दुपारी अशा दोन सत्रांमध्ये भरत. माझी शाळा इयत्ता पहिली आणि तिसरी सोडल्यास कायम सकाळचीच होती. आजी-आजोबांच्या काळातला 'लवकर उठे, लवकर निजे तया आरोग्यसंपत्ती लाभे' हा नुसता सुविचार न राहता शाळेमुळे अंगवळणी पडलेला भाग होता. 'लवकर निजे' या भागालाही बऱ्यापैकी शिस्त होती कारण रेडिओ सोडल्यास आबालवृद्ध, तरणेताठे यांना चोवीस तास गुंगवणारी असंख्य टीव्ही चॅनेल्स, कार्टून्स, इंटरनेट वगैरे प्रलोभनं नव्हतीच तेव्हा.

आमच्या घरात शास्त्रीय किंवा एकूण संगीतासक्त वातावरण असल्यामुळे रेडिओ हा पंतप्रतिनिधींच्या हुद्द्यावरच होता. आकाशवाणीने सकाळपासून रात्रीपर्यंत निव्वळ मनोरंजनाच्या पलीकडे जाऊन चोखंदळ रसिकांच्या कितीतरी पिढ्या तयार करण्याचं जणू व्रत घेतलं होतं. त्यात उत्तमोत्तम कलाकारांना प्रोत्साहन देणं, शास्त्रीय, भावसंगीत, सिनेसंगीत या तीनही शाखांचे विविध कार्यक्रम प्रसारित करणं हा मुख्य भाग होता.

तर या शाळेसाठी वेळेवर उठण्यात व्यायाम बियाम करणं या पैलवानी तालमीचा हात नसून आकाशवाणीच्या 'मंगलप्रभात' या कानसेनी शौकांचा मौलिक हातभार लागला. पूर्वी कितीतरी वर्षं लोक आपापली घड्याळंसुद्धा प्रादेशिक बातम्यांबरोबर जुळवून घेत असत. या सकाळच्या प्रादेशिक बातम्यांनंतर सुरू होत असे 'मंगलप्रभात' सकाळी सव्वासहाला, एखाद्या स्तोत्राने! 'शिवपंचाक्षरी' स्तोत्र किंवा 'जटाटवीगलज्जल प्रवाह-पावितस्थले, गलेऽवलम्ब्य लम्बितां भुजंगतुंगमालिकाम् ।।' या शिवतांडव स्तोत्राने धीरगंभीर आवाजातल्या त्या आवाहनाने सुस्तावलेल्या देहाला गती मिळत असे. पाऊस, थंडी, उकाडा कशाचीही तमा न बाळगता आन्हिकं उरकली जात. आईची पोळीभाजीची लगबग, दूध तापवणं आणि त्याबरोबर एका पाठोपाठ एक उलगडत जाणारी गाण्यांची लड.

रामदास कामतांचं, 'पूर्वेच्या देवा तुझं सूर्यदेव नाव, पहाटेस येशी सारा जागवीत गाव'. लताबाईंचं 'उठा उठा हो सकळीक, वाचे स्मरावा गजमुख रिद्धी सिद्धीचा नायक, सुखदायक भक्तासी' किंवा 'सुंदर ते ध्यान उभे विटेवरी'. सकाळची आणि गाण्यांची लय, माधुर्य यांत कमालीची समरूपता जाणवे. घशात उतरणारी कॉफी संथपणे निवणार नाही नि चटकाही बसणार नाही या बेताने रंगत वाढवत असे. मागोमाग किशोरीताई 'मी माझे मोहित, राहिले निवांत एकरूप तत्त्व, देखिले गे माये' किंवा 'जनी जाय पाणियासी, मागे धावे हृषिकेशी' त्यांच्या अद्वितीय शैलीत आळवायच्या.

एव्हाना आम्ही युनिफॉर्म चढवून आईपुढे वेण्या घालण्यासाठी बसायचो. मध्येच भीमसेन जोशी 'तीर्थ विठ्ठल, क्षेत्र विठ्ठल'. प्रभाकर कारेकर 'बोलावा विठ्ठल, पहावा विठ्ठल', किंचित कर्नाटकी हेलासोबत गायचे. आशाबाई 'पांडुरंग कांती, दिव्य तेज झळकती' म्हणून वातावरण भारून टाकत, सुमन कल्याणपूर. 'तुझ्या कांतिसम रक्तपताका पूर्व दिशा उजळती' म्हणत गोडवा पसरवत. शेवटी सुधीर फडके 'विमोह त्यागून कर्मफलाचा सिद्ध होई पार्था, कर्तव्याने घडतो माणूस जाणून पुरुषार्था' अतिशय स्वच्छ अर्थगर्भ उच्चारात आणि सुरेलपणे गात की भूमिती, बीजगणित, इतिहास, इंग्रजीच्या रेट्यात भांबावलेली बालमनं उसनं अवसान आणून भगवंताच्या उपदेशाला अनुसरून विनातक्रार शाळेत जायचं बळ एकवटत.

शाळेची सलग आठदहा वर्षं या संगीतमय प्रभात दिनक्रमात खंड पडला नाही. दिवसरात्र रियाझामुळे ट्रान्झिस्टर जोमात होते आणि आम्हांलाही ढिलाई आली नाही. या सर्व गाण्यांमध्ये कमालीची सुसूत्रता व कार्यक्रमांच्या सादरीकरणात दिनांचं औचित्य, वैविध्य आणि कमालीची संगीत-संगती असे. आकाशवाणीचे निर्माते पडद्यामागे राहून माझ्यासारख्या असंख्य श्रोत्यांना चैतन्यदायी सकाळ देण्याचं हे कसब वर्षानुवर्षं करत आले.

**

२
गुलाबी थंडीत गाठलेलं देऊळ

सकाळच्या आणि संगीताच्या अशाच रम्य आणि सुखद आठवणींचा दुसरा पदर म्हणजे आश्विन पौर्णिमा ते कार्तिक पौर्णिमा आजीबरोबर न चुकता पहाटे डोंबिवली पूर्व गणेश मंदिरातली 'काकड आरती'. पहाटे पाचला केलेली कढत पाण्याची आंघोळ, अनवाणी पायाने आजीचं ताम्हण, त्यात दह्यादुधाची वाटी, पंचामृत, हळदीकुंकू, अक्षता, फुलं, रांगोळी, निरांजन, बत्तासे, लाह्या नि बरंच काही, ताम्हणावर रंगीबेरंगी विणलेला रुमाल. मंदिरात मध्यमवयीन स्त्रिया फार थोड्या असत, बहुतेक सगळ्या कमी जास्त सुरकुतलेल्या आज्या! गणपतीची आरती झाली की त्या कृष्णापुढे ठाण मांडून बसायच्या. प्रत्येकीची ताम्हणं, तबकं सजलेली. मग सुरू होई ती आळवणी. काही सुरेल तर काही फटीतले, थकले भागलेले पण भावनेने ओथंबलेले आवाज, कृष्ण विठोबाचे सगळे लाड पुरवत, उठवणं, आंघोळ, सजवणं, ओवाळणं, खाऊ घालणं, सगळाच राजेशाही 'थाट'. उदबत्त्यांचा घमघमाट, पुजाऱ्यांची लगबग, झांजाचा किणकिणाट, सगळं वातावरण आणखीन गडद शुचिर्भूत होऊन जाई. मला त्यातली 'रूसू नको कृष्णा ये बैस पाटी, घालिते तुजला रांगोळी मोठी' ही आरती फार आवडे. क्वचित एखाद्या आजीच्या पाणावलेल्या कडा काळजाचा ठाव घेऊन जात. 'काकडा झाला, आता मुख प्रक्षाळा'नंतर यथावकाश 'घालीन लोटांगण' होऊन आम्ही परतत असू. शेवटच्या दिवशी सगळ्यांना आजीने दिलेल्या आटीव मसाला दुधाने महिनाभर सुरू असलेल्या तास-सव्वा तासाच्या मधुराभक्तीचं यथासांग समापन होई.

शालेय जीवन संपलं आणि सकाळशी निगडित अनुभूतींची व्याप्तीही बदलली. पण त्या अविस्मरणीय प्रभातवेळा मनात नेहमीच रुंजी घालत राहिल्या.

अंधार छेदून तांबडं फुटून सगळीकडे पिवळाजर्द उजेड पसरेपर्यंतचं गारुड अनेक पहाटेच्या शास्त्रीय संगीत मैफलींनीही गहिरं केलं आहे. शास्त्रीय संगीत मैफलीं बाबतींत श्रोत्याला अत्युच्च समाधान मिळेल की नाही हे इतकं शंकास्पद - doubtful - असतं, कारण कलाकाराची साधना, हुकमत, आवाका आणि रागसंगीताचा विशुद्ध पण abstract कलाप्रकार म्हणून असीम आनंद द्यायची ताकद ज्ञात असली तरी मैफल जमणं, तिचा चिरकाल ठसा राहणं हे परिस्थितिजन्य, मानवी तसेच बऱ्याच प्रमाणात दैवी घटकांवर अवलंबून असतं. स्टुडिओमध्ये रेकॉर्ड केलेला कुठलाही गीत प्रकार त्या कलाविष्काराचा अत्युच्च बिंदू पकडून बंदिस्त करून तो पुन:प्रसारित करू शकल्यामुळे कार्यक्रमाची पातळी - performance level - कायम राहते. बदलते ती आपली भावावस्था तो अनुभव पुन्हा घ्यायची.

कलाकारांना झालेला उशीर, साथीदारांबरोबर भट्टी न जमल्यामुळे आलेला उणेपणा, तब्येत, आवाज, माहौल हेच कशाला, पण ध्वनिप्रक्षेपकाची कुरकूर इत्यादी सर्व संभाव्य अडथळ्यांपलीकडे जाऊनही अनुभवलेल्या, गानसरस्वती किशोरी आमोणकरांचा अहिरभैरव, ललत पंचम, राशीदभाईंचा भैरव, ललत, पं. उल्हास कशाळकरांचा तोडी, पं. भीमसेन जोशींचा कोमल रिषभ आसावरी यांनी अमीट ठसा उमटवला आहे. या अनुषंगाने मला पं. कुमार गंधर्व यांचं एक वाक्य फार भावलं, ‘तोडी गाऊन सकाळ व्यक्त करता यायला पाहिजे.’

सकाळचं संगीत आणि संगीतातली सकाळ यांचा प्रवास तूर्त आवरता घेते. दोन्हींतला जाणवलेला समान दुवा म्हणजे चैतन्य, उत्साह आणि जगण्याचं भान. सकाळ आहे आणि शब्दांत अप्रकट संगीत आहे अशी एक मंगेश पाडगावकरांची कविता,

शुभ्र शुभ्र आरशांच्या
नितळ सकाळी
शुभ्र शुभ्र पक्षी उंच
उडाले आभाळी

मला जाग आली तेव्हा
मन दंव होते
ओली झाडे... निळे तळे
शुभ्र कळ्या होते
मन होते मिटलेल्या
तुझ्या डोळ्यांपाशी
इथे तिथे दहा दिशी
तरी तुझ्यापाशी
शुभ्र पक्ष्यांचीच झाली
क्षणात सकाळ
तुझ्या डोळ्यांच्या भोवती
फुलता आभाळ

**

३
मनभावन हा श्रावण

वैशाख आणि ज्येष्ठातल्या प्रसूतिभाराने जडावलेली सृष्टी डोळ्यांत प्राण आणून वाट पाहत्येय. केवळ चातकच नव्हे तर पृथ्वीवरच्या प्रत्येक तृषार्ताला वेध लागलेत ते पर्जन्याचे. विजांचा लखलखाट, ढगांचा गडगडाट ही सुवार्ता देतातच, इतक्यात तो अवतरतो - या सृजनाचा आनंद, उल्हास साजरा करत नखशिखांत भिजतो तो आषाढ! इतका की त्याच्या झबल्याटोपड्यांमध्ये सूर्यदर्शनही दुर्मिळ होतं. अहर्निश हे स्तन्य पिऊन, कधी उत्कट, कधी बेभान तर कधी संयतपणे बरसून बाळसेदार होतो न होतो तोच सुरू होतो त्याच्या अल्लड बाळलीलांचा अर्थात श्रावणलीलांचा उत्सव! हिरवाईची लयलूट होते. श्रावणभर वेगवेगळ्या सणवार, व्रतवैकल्यं, उत्सवांच्या निमित्ताने सृजनाच्या सोहळ्यात लोकजीवन आणि नागरी संस्कृती रममाण होताना दिसते.

या सणावारांच्या निमित्ताने, श्रावणाचं कोडकौतुक पुरवण्याच्या निमित्ताने होणाऱ्या सांगीतिक आविष्कारांनाही असंख्य धुमारे फुटतात. समाजात अस्तित्वात असलेल्या समग्र संगीत व्यवहारांचं विश्लेषण ज्येष्ठ संगीतज्ञ अशोक रानडे यांनी मुख्यत: चार संगीत कोटींमध्ये केलं आहे. १) आदिम वा आदिवासियांचं संगीत, २) लोकसंगीत, ३) कला किंवा शास्त्रोक्त संगीत आणि ४) जनप्रिय संगीत. या चारही कोटींमधील अंतर्गत देवघेव कमीअधिक प्रमाणात रोजच्या व्यवहारातही प्रत्ययाला येते. या चारही कोटींमधील संगीतात श्रावणाचं भारलेपण व अस्तित्व ठळकपणे दिसू शकतं. आदिम संगीताची पाळंमुळं लोकसंगीतात तर लोकसंगीताचा प्रभाव कला आणि जनसंगीतावर जाणवल्याशिवाय राहत नाही.

श्रावण हे हिंदू वर्षातील पाचवं अपत्य!

तामीळ भाषिकांचा 'अवनी' आणि उत्तर हिंदुस्थानींचा सावन!' अखंड मल्हाराचा उद्गाता वर्षा ऋतूतील हा सावन अभिजात संगीतात अस्पर्श राहता तरच नवल!

मियाँ मल्हारातील, पं. कुमार गंधर्व रचित बंदिशीत श्रावणातल्या झडीचं आणि आंब्यावर बांधलेल्या झूल्याचं वर्णन आढळतं -

'सावन झरियो झरि आयो
अत ते उत ते चहूं दिशी ते
बादल गरज बरसायो री!
बांधीयो आंबा पे झूला री
आवोरी सखिया मिल गावो री ॥'

मियाँ मल्हारच्या धीरगंभीर व्यक्तिमत्त्वाला श्रावणाची आणि झूल्याची पार्श्वभूमी एक प्रसन्न आल्हाद देते किंवा गौड मल्हारातली पारंपरिक,

'झुकी आई बदरीया सावनकी
सावन की मनभावन की ।
सावन में उमगे मोरा मनवा
छांड चले परदेस पिहरवा
सुध ना रही घर आवनकी ॥'

ही बंदिश किंवा शामकल्याणमधली-

'सावन की सांझ, मोको सुखद भई
आनंद की तरंग उठत नई नई ॥'

श्रावणातील ऊनपावसाच्या खेळाप्रमाणे मनातल्या खिन्नतेच्या आणि आनंदाच्या आंदोलनांचा वेध घेते, तर डॉ. अश्विनी भिडे-देशपांडे यांची दुर्गामधली -

'अतही घनघोर बादर छाये
बिन पिया मेरा जिया घबराये ।
सावन की बूंद झर लागी मो मन
उन बिन, मोरे नैन जल बरसाये ॥'

ही बंदिश वातावरण गहिरं करते.

मल्हाराचे मियाँ मल्हार, गौडमल्हार, मेघमल्हार, सूर मल्हार, रामदासी मल्हार, मीरामल्हार, जयंतमल्हार, धूलिया मल्हार, चरजू की मल्हार असे

जवळपास तीस प्रकार श्रावणालाच नाही तर या बरखा ऋतूलाच चार चाँद लावतात.

शास्त्रीय काय किंवा उपशास्त्रीय काय, संगीतातील कृष्णाचं स्थान अढळ आहे. जवळपास निम्म्या बंदिशींचा स्रोत हा कृष्णाचं बाळपण, खोड्या, राधाकृष्णप्रीती, रासलीला, कृष्णाचा उपदेश आहे म्हटल्यास अतिशयोक्ती ठरू नये. अशा या गायक–संगीतकारांच्या लाडक्या कृष्णाचा जन्मही श्रावणातलाच. कलासंगीतातल्या उपशास्त्रीय प्रकारात तर सावन मुकुटमण्याप्रमाणे विराजमान आहे. उपशास्त्रीय प्रकारातील सावन, झूला, कजरी हे प्रकारच मुळी पावसाशी निगडित आहेत.

देस रागातील एक सावन, 'अब के सावन घर आजा; सावन बरसे, बरसे मोरे नैनवा, निरमोही दरस दिखा जा!!' किंवा देस मधलीच एक लोकप्रिय ठुमरी 'सखी सावन आयो मास येरी मैं कैसे काटु, सजन बिना घडियाँ ।।' किंवा 'सावन की रितु आई री सजनीया, प्रीतम घर नही आये' ही कजरी घ्या. प्रीतम सैंया जवळ नाही. तशात श्रावणसरींनी आणलेला बोचरा गारवा, असह्य होणारी त्याची आठवण, भेटीची अनिश्चितता अशा अनेक अडचणींनी एकाहून एक सरस अशा ठुमरी–दादऱ्यांची निर्मिती करून कलाकार आणि रसिकांना मेजवानी दिलेली आहे. हीच कैफियत. 'बरसन लागी सावन बूंदिया, प्यारेबिना लागे ना मोरी अखियाँ' या दादऱ्यात अनुभवता येते. अशातच श्रावणात उन्हाची तिरीप यावी आणि सखा भेटल्यावर श्रावण हाच उत्सव व्हावा असं वाटतं.

'नजरीया लागे नहीं कही और
तुम तो बलमा हो चितचोर ।
तुम तो बलमा, जैसे ऋतू में सावन
तुम सावन हम मोर ।।'

आणखी एका मिश्र पिलू रागातील कजरीत हताश झालेली नायिका म्हणते :

'बैठी सोचे ब्रिजबाम
सुनो लागे मोरा धाम
नही आये घनश्याम्
घिर आई बदरी ।
आई सावन की पुहार

करे मुरवा पुकार
पडे बूंदना पुहार
घिर आई बदरी ।।'

उस्ताद अमीर खाँ साहेब, कुमार गंधर्व, किशोरीताई आमोणकर, गिरिजादेवी शोभा गुर्टू यांच्या अद्वितीय गायकीने मल्हार प्रमाणेच कजरी ठुमरीतला सावन श्रावणही अविस्मरणीय केला आहे.

श्रावणातल्या ऊनपावसाच्या लपंडावामुळे ही वनश्री एकसुरी न राहता असंख्य हिरव्या छटांनी बहरते. अभिजात संगीतकारांना मोहिनी घालते तसेच कवींनाही मनाचे पीळ उलगडायला लावते.

मंगेश पाडगावकरांचा श्रावणसूर थोडा संकोची होऊन म्हणतो,

'डोळे भेटीची ओळख,
चारचौघांत विसर
दाट पानांत लपव
भित्री श्रावणाची सर.'

विंदा करंदीकरांचा श्रावणाशी असलेल्या नात्याचा सूर हा श्रावणाच्या धरेशी असलेल्या बांधिलकीशी तुलना करणारा व त्यांच्यातील अनुबंधाने क्वचित व्यथित होणारा वाटतो.

'श्रावणातले ऊन रेशमी
आकाशाला बांधून ठेवी
घट्ट धरेशी
सह्याद्रीच्या गळ्यांत पडती
श्रावणातल्या सरी सराईत
ओलेत्याने
आणि ओणव्या माळालाही
हंबरणारा अवखळ वारा
ढुशी मारतो भरल्या जागी
अडचणीतल्या पाउलवाटा
अंग चोरुनी हळूच पळती
माझ्या जवळुन
मजला टाळुन

ब्रह्म जाहले धरणीला वश
अशा प्रसंगी, आत कुठेसे
मला टोचते मातीचे यश'

श्रावणाचं हे कलासंगीत व साहित्यातलं मनभावन रूप आपल्याला आवडेल अशी आशा करते आणि बालकवींच्या अजरामर ओळींना उजाळा देते,

'श्रावणमासी हर्ष मानसी
हिरवळ दाटे चोहीकडे
क्षणांत येते सरसर शिरवे,
क्षणांत फिरुनी ऊन पडे ।
वरती बघता इंद्रधनूचा
गोफ दुहेरी विणलासे
मंगल तोरण काय बांधले
नभोमंडपी कुणी भासे...'

**

फांद्यावरी बांधिले गं

रागदारी संगीतात अनुभवलेला श्रावण जितका मनोहारी आहे तेवढाच. किंबहुना त्याहून अधिक छटा असणारा श्रावण आपल्याला लोकसंगीतात आणि जनसंगीतात भेटतो. श्रावण आणि संगीताचे पूर्वापार एकजीव झालेले संबंध वेगवेगळ्या सणउत्सवांच्या निमित्ताने आपण अनुभवतो. नागपंचमी, नारळी पौर्णिमा, मंगळागौर, कृष्णजन्म, गोपाळकाला या सर्वांमधून संगीत वजा केल्यास, मला वाटतं, श्रावणाची नव्याने ओळख करून द्यावी लागेल.

पावसाळा हा जसा माशांच्या विणीचा काळ तसाच श्रावण हा सारस पक्ष्यांच्या विणीचाही काळ. 'नवेगावबांधचे दिवस' या पुस्तकात मारुती चितमपल्लींनी रेखाटलेलं सारसांच्या विणीचं वर्णन वाचून निसर्गाच्या श्रावणसंगीताची मौज वाटल्याशिवाय राहत नाही. सारसांचा कलरव,

दर्याला आलेलं उधाण, शेतात नुकत्याच उगवलेल्या भाताच्या रोपांची लुसलुशीत दाटी अशा श्रावणसौंदर्याचा आस्वाद घेऊन मन तृप्त होतं.

नागपंचमी हा आजही खेडोपाडी उत्साहाने साजरा होणारा सण!

'नाग : प्रीता भवन्तीह शान्तिमाप्नोति वै विभौ ।
सशान्ति लोकमासाद्य मोदते शाश्वती: समा: ।।

मंत्रोच्चारण करून नागप्रतिमेला दूध अर्पण करण्याचा प्रघात वर्षानुवर्षं चालत आलेला आहे 'चल गं सखे, चल गं सखे वारुळाला, नागोबाला पुजायाला' अशा गीतांनी लोकसंगीताला समृद्ध केलं आहे. याच पंचमीशी अतूट नातं आहे ते झोपाळ्याचं.

'फांद्यावरी बांधिले गं मुलींनी हिंदोळे
पंचमीचा सण आला डोळे माझे ओले ।
श्रावणाच्या शिरव्यांनी आनंदली धराराणी
माझे पण प्राणनाथ घरी नाही आले ।'

ग. दि. माडगूळकरांनी लिहिलेलं हे गीत आद्य भावगीत गायक गजाननराव वाटवे यांच्या चाहत्यांच्या व जुन्या पिढीतील रसिकांच्या नक्कीच स्मरणात असेल. या गाण्याची चाल, 'हवा में उडता जाये मेरा लाल दुपट्टा मलमल का'ची याद ताजा करते. तर शांता आपटे यांच्या 'कुंकू' चित्रपटातील केशवराव भोळ्यांनी स्वरसाज चढवलेलं शांताराम आठवले यांचं गीतही आठवतं.

'भारती सृष्टीचे सौंदर्य खेळे
दावीत सतत रूप आगळे।
श्रावणी पाऊस हास्याचा पडे
श्रीकृष्ण जन्माची दंगल उडे
बांधिती वृक्षांना रम्य हिंदोळे
कामिनी धरणी वैभवी लोळे ।।'

तर लताचं 'सावन के झुले पडे तुम चले आओ, तुम चले आओ' ऐकून झाडांना बांधलेले उंचच उंच झोके आणि 'विरहोत्कंठिता' नायिकेची पुकार आपल्या मनाचा ठाव घेतात. झोपाळ्यावरून आणखी एक श्रावणप्रथा नमूद करावीशी वाटते. ओरिसामध्ये श्रावणपौर्णिमेला जगन्नाथ मंदिरात भगवान जगन्नाथाला अर्थात विष्णूला फुलांनी सजवलेल्या

रत्नजडित झोपाळ्यात बसवून झोके देतात; ही 'झूलन यात्रा' म्हणून प्रसिद्ध आहे.

महाराष्ट्रातल्या नागपंचमीची भावंडं या ना त्या रूपाने हिंदुस्थानभर भेटतात. बंगालमध्ये नागदंशापासून रक्षण करणाऱ्या मनसादेवीची उपासना करतात. नागदंशापासून रक्षण करणारा मंत्र म्हणून 'रामरक्षा' लोकप्रिय आहे. देवांवर विजय मिळावा यासाठी शुक्राचार्यांनी हा मंत्र म्हणून बलीच्या हातात रक्षा (राखी) बांधली होती असंही पुराणकथा सांगते.

'येन बद्धे बलीराजा दानवेन्द्रो महाबला
तेन त्वामनुबन्धामि रक्षे मां चल मां चल ॥'

उत्तरेकडे आज बहिणीने भावाला राखी बांधायचा जो लौकिक आचार आहे त्याचं मूळ सर्पभयापासून रक्षण करण्याच्या या प्राचीन अभिमंत्रित रक्षासूत्रात आहे. या रक्षाबंधनाचा प्रचार हिंदी चित्रपट संगीतात लक्षणीय पद्धतीने झालेला आहे. वानगीदाखल 'छोटी बहन' सिनेमातलं 'भैया मेरे राखी के बंधन को निभाना' हे लताचं गाणं किंवा 'रेशम की डोरी' सिनेमातलं 'बहना ने भाई की कलाई से प्यार बांधा है' हे सुमन कल्याणपूरांचं गीत चटकन आठवतं.

या राखीपौर्णिमेची जुळी बहीण म्हणजे 'नारळीपौर्णिमा'. कोळी बांधवांमध्ये अनन्यसाधारण महत्त्व असलेलं हे उत्साहपर्व! जहाजं पावसाळ्यात नांगरून पडलेली असतात. खलाशी कोळी आपापल्या कुटुंबासमवेत दर्याला नारळ अर्पण करून मोठ्या जोषाने नाचत गातात. 'सन आयलाय गो, आयलाय गो नारली पुनवेचा, मनी आनंद मायेना कोल्याच्या दुनियेचा.'

नारळीपौर्णिमे इतक्याच उत्साहाने देशभर साजरा होणारा आणखी एक उत्सव म्हणजे गोकुळाष्टमी किंवा कृष्णजन्म! 'आरती कुंजबिहारी की, श्री गिरिधर कृष्णमुरारीकी' म्हणत तरुणाई, 'मच गया शोर सारी नगरी रे, आया बिरज का बांका संभाल तेरी गगरी रे'च्या तालावर दहीहंडी फोडण्याच्या जल्लोषात सामील होते. मात्र, दहीहंडी दरम्यान कर्णकर्कश डी. जे. च्या तालावर थिरकण्याच्या मोहाला वेळीच आवर घातला तर दहीहंडीचं थोडंसं खट्याळ उत्सवी रूप भविष्यातही सुमधुर गीतांच्या निर्मितीला प्रेरणा देईल.

श्रावणातच दर मंगळवारी केल्या जाणाऱ्या मंगळागौरी व्रतामुळेही अनेक स्मरणीय चित्रपटगीतं योजली गेली आहेत. श्रावणातल्या या समस्त सणावारांनी संगीताच्या एकूण प्रवाहाला आणलेली समृद्धी थक्क करणारी आहे.

**

श्रावणात घननिळा बरसला!

श्रीनिवास खळ्यांनी संगीतबद्ध केलेलं, मंगेश पाडगावकरांचं, 'श्रावणात घननिळा बरसला, रिमझिम रेशीमधारा, उलगडला झाडातून अवचित हिरवा मोरपिसारा!' हे अजरामर भावगीत श्रावणगीताचा सर्वांत सुबक अलंकार आहे असं म्हटलं तर अतिशयोक्ती ठरू नये. लताबाईंच्या आवाजातलं माधुर्य आणि आर्तता यांचा मिलाफ श्रावणाच्या ऊनपावसाचं मूर्तिमंत उदाहरण आहे. श्रीधर फडक्यांनी संगीतबद्ध केलेल्या आणि आशाबाईंनी गायलेल्या. 'ऋतू हिरवा, ऋतू बरवा'ला आपण कसं विसरू शकू? गाण्याच्या दुसऱ्या कडव्यातील 'मनभावन हा श्रावण, प्रिय साजण हा श्रावण भिजवी तन भिजवी मन हा श्रावण'मधल्या हा या अक्षरावर लीलया घेतलेल्या नक्षीदार वेलांट्या, हरकती आणि तान ऐकली की बाईंच्या गळ्यातच जणू श्रावणाची वस्ती असावी आणि सहज श्रावणसरी बरसाव्यात असं प्रतीत होतं तर जब्बार पटेलांच्या 'एक होता विदूषक' चित्रपटातल्या आशाबाईंच्याच 'पिवळ्या पंखाचा पक्षी नाव सांगेना सांगेना, बाई श्रावणाचं ऊन मला झेपेना'ची शान काही औरच आहे.

सावन पार्श्वभूमीवर आधारित हिंदी चित्रपटांच्या शीर्षकांनीही श्रावणाला मानाचं स्थान दिलंय. त्यांपैकी 'आया सवन झूमके' (१९६९), 'सावनभादो' (१९७०), 'सावन को आने दो' (१९७९), 'प्यासा सावन' (१९८०) ही काही उदाहरणं होत.

सावनच्या उल्लेखासोबत आठवणारं आबालवृद्धांमध्ये लोकप्रिय गीत म्हणजे 'सावन का महिना पवन करे सोर', मुकेश-लताच्या आवाजातलं,

लक्ष्मीकांत-प्यारेलालने संगीत दिलेलं गीत. माझ्या मनात घर केलेली काही सावनगीतं पुढीलप्रमाणे: संगीतकार रोशनचं सुमन कल्याणपूर, कमल बारोट यांनी गायलेलं 'गरजत बरसत सावन आयो रे' हे द्वंद्वगीत; गंमत म्हणजे हेच गाणं रोशननं दोन वेगळ्या सिनेमांसाठी मुखडा तोच पण अंतऱ्याच्या चालीत फेरफार करून वापरलं. सुरेश वाडकरांचं' लगी आज सावनकी फिर वो झडी है' हे 'चांदनी' सिनेमातील शिव-हरींच्या संगीताने नटलेलं गीत. 'कश्मीर की कली' मधलं रफीचं 'दिवाना हुआ बादल, सावन की घटा छाई' किंवा 'किनारा' या गुलजारच्या सिनेमात लताचं 'अब के ना सावन बरसे, अब के बरस तो बरसेगी अखियाँ' किंवा 'मेरे नैना सावन भादो. फिर भी मेरा मन प्यासा', किंवा थोड्या नटखट अंदाजात 'चुपके चुपके' सिनेमात लताने गायलेलं 'अब के सजन सावन में आग लगेगी बदन में' किंवा मजेशीर प्रसंगाच्या पार्श्वभूमीवर चित्रित झालेलं 'सांझ और सवेरा'मध्ये शंकर-जयकिशनने सिंध भैरवीत बांधलेलं सुमन कल्याणपूर-रफी यांचं द्वंद्वगीत 'अजहू ना आये बालमा सावन बीता जाये.'

थोडं अलीकडे सरकल्यावर आठवतं 'लेकिन' सिनेमातलं हृदयनाथांचं संगीत असलेलं आणि लताबाईंचा स्वर्गीय स्वर लाभलेलं 'सुनियो जी अरज म्हारियो बाबुला हमार, सावन आयो घर लै जे हो, बाबुला हमार' हे गीत किंवा 'सरदारी बेगम'मधलं आरती अंकलीकरांच्या गायकीने सुशोभित झालेलं वनराज भाटियाचं 'सावन आये जियरा तरसे, तन सुलगे जो मेहा बरसे. शाम जो आके अंग लगा ले मन पाये आराम... घर नाहीं हमरे शाम' हे नंद रागाची छाया असलेलं गीत.

चित्रपटगीतांप्रमाणेच प्रकर्षाने आठवणाऱ्या काही गझल ज्यांनी हा श्रावण गर्दगहिरा केला आहे, त्यांपैकी एक जगजित सिंग यांची,

'ये दौलत भी ले लो
ये शौहरत भी ले लो
भले छीन लो मुझसे मेरी जवानी
मगर मुझको लौटा दो
बचपन का सावन
वो कागज की कश्ती
वो बारिश का पानी ।।'

किंवा दुसरी गुलाम अली आणि आशाताईंच्या स्वरात न्हाऊन निघालेली :

'फिर सावन ऋतू की पवन चली
तुम याद आये, तुम याद आये ।।'

यांच्या उल्लेखाशिवाय हा प्रयत्न अपुरा राहिला असता. पद्मजा फेणाणी-जोगळेकर यांनी स्वरबद्ध केलेल्या कुसुमाग्रजांच्या या ओळी.

'तांबूस कोमल पाऊल टाकित
भिजत्या मातीत श्रावण आला
मेघांत लावित सोनेरी निशाणे
आकाशवाटेने श्रावण आला
लपत छपत हिरव्या रानात
केशर शिंपीत श्रावण आला
इंद्रधनुष्याच्या बांधित कमानी
संध्येच्या गगनी श्रावण आला.
हासरा नाचरा जरासा लाजरा
सुंदर साजिरा श्रावण आला ।।'

गीताने श्रावणोल्हासाचा उत्कर्षाबिंदू गाठला जावा असा हा श्रावणपट अभिजात संगीत ते जनसंगीतातून उलगडताना आपणा सर्वांची रसिकता रसरशीत व्हावी ही सदिच्छा व्यक्त करते.

**

४
व्यासपीठ : व्याप्ती आणि वेध

कलाकार आणि व्यासपीठ

संगीतशास्त्र नियमांचा, गानपद्धतीचा ऊहापोह करणाऱ्या संगीत-ग्रंथाची निर्मिती हा संगीत अभ्यासकांसाठी महत्त्वाचा भाग असला तरी संगीत ही प्रयोगशील कला आविष्काराने सिद्ध होणारी असल्याने त्यामध्ये कलाकारांना उपलब्ध होणारं 'व्यासपीठ' खूप महत्त्वाचं असतं. तो मंच, जिथं कलाकार रसिक श्रोत्यांसमोर आपला कलाविष्कार सादर करतात. संगीत विद्या आत्मसात करण्यासाठी गुरू व ग्रंथ यांची उपस्थिती जेवढी आवश्यक तितकीच या अमूर्त कलेच्या प्रकटीकरणासाठी 'व्यासपीठा'ची होय. 'व्यासपीठ' म्हणजे विद्वान, रसिक, गुरुजन, मुरलेल्या कानसेनांशी क्वचित नवख्या श्रोत्यांशी कलाकाराचा घडून आलेला मेळ! राजदरबारातील प्रचंड सभागृहात लोडतक्क्यांनी सजलेला थाट असो, देवळात उत्सवादरम्यान जमलेली बैठक असो वा हौशी, कलासक्त श्रीमंत यजमानाघरी आमंत्रित पैपाहुण्यांसमोरील जामानिमा; धृपद, ख्याल, ठुमरी, नाट्यसंगीत, अभंग, भजन, एवढंच काय पण बैठकीची लावणी इत्यादी प्रकार कलाकाराच्या वकुबानुरूप श्रोत्यांशी रुबरू होण्याची पर्वणीच गुरूनंतर गायक कलाकार नतमस्तक व्हायची जागा म्हणजे व्यासपीठ.

गुरू विद्या देतो पण व्यासपीठ गायनकला कशी असावी व कशी असू नये याचं 'प्रत्यंतर' देतं. पाठांतर, अभ्यास, तांत्रिक हुकमत, साधना याही पुढे जाऊन 'सादरीकरणातून श्रोत्याच्या मनाचा ठाव घेणं' हे सर्वांत

कठीण काम व्यासपीठावरून साध्य होऊ शकतं. आधुनिक तंत्रज्ञानाचा विकास होऊन दिग्गज कलाकारांचं गाणं जतन करण्याचा टप्पा गाठेपर्यंत व्यासपीठाच्या माध्यमातून ग्वाल्हेर, आग्रा, जयपूर, इंदूर, किराणा, मेवाती, भेंडी बाजार इत्यादी घराण्यांतील तत्कालीन कलाकारांना ऐकण्याची संधी व्यासपीठामुळे शक्य झाली. एखादा कलाविष्कार एवढा प्रभावी असे की, त्या त्या घराण्यातील खासियती आत्मसात करण्याची ईर्षा नवोदित गायकांमध्ये जागृत होऊन त्या त्या उस्तादांचं मन वळवणं, गंडाबंधन करून एकाहून अधिक घराण्यांची गायकी अभ्यासणं आदी शेकडो सत्यकथा आपल्याला ज्ञात आहेतच.

संगीताचा इतिहास, संस्कृती आाणि संगीत आविष्कारांचा मागोवा घेताना, थेट इसवी सनाच्या पहिल्या शतकातील सातवाहन राजा हाल याने संकलित केलेल्या 'गाथा सप्तशती' या लोकगीतांच्या संग्रहाचा उल्लेख करावा लागतो. संबंधित काळात प्रचलित संगीताचं जतन, संवर्धन आणि प्रसार करणाऱ्या हालचाली समाजाच्या संगीत कलेविषयी असलेल्या जागरूकतेचं प्रतीक म्हणून महत्त्वाच्या ठरतात. चालुक्य वंशातील राजा सोमेश्वर (सन ११२९-३०) लिखित 'मानसोल्लास' ग्रंथ, त्यापुढे तेराव्या शतकातील शार्ङ्गदेवाचा प्रसिद्ध ग्रंथ 'संगीत रत्नाकर' यांमध्ये तत्कालीन संगीत प्रवाहांचा परामर्ष घेतलेला दिसतो.

यादव काळात संगीत साधना व आस्वाद ही फक्त राजे लोकांची मक्तेदारी नसून नागरिकांना संगीताचं शिक्षण देणाऱ्या गीतशाळा चालवल्या जात. निरनिराळ्या चौकांत वैभवशाली शामियाने उभारून दरबार गायकाच्या, प्रसंगी राजाच्या उपस्थितीत मैफली होत असत, असं इब्न बतूता हा अरब प्रवासी लेखक वर्णन करतो. अखेरचा यादव राजा रामदेवरावाच्या कारकिर्दीत गोपाल नायक संगीत कलेत पारंगत असून शार्ङ्गदेवप्रणीत प्रबंध गायकीचा तो उद्गाता होता.

रामदेवराव यादवाचा पराजय केल्यानंतर अल्लाउद्दीन खिलजीने दिल्लीला परत जाताना अमीर खुसरौ या संगीतज्ञ सरदाराच्या आग्रहास्तव गोपाल नायकालाही आपल्याबरोबर नेलं. गोपाल नायकाच्या गायकीचा अभ्यास करून त्यातील तत्कालीन नवतेचा समावेश करणारी पद्यरचना व रागनिर्मिती पुढे ख्याल गायकी म्हणून मान्यता पावली. अमीर खुसरौप्रणीत ख्याल

गायकी रुजून लोकप्रिय होण्यास चौदाव्या शतकानंतर सुमारे ४०० वर्षं जावी लागली.

**

व्यासपीठ : एक अवलोकन

पहिल्या शतकापासून एकोणिसाव्या शतकापर्यंत संगीताचे विविध आयाम पडताळताना प्रकर्षाने जाणवणारी गोष्ट म्हणजे राजाश्रय हाच व्यासपीठीय घडामोडींचा केंद्रबिंदू राहिला.

मध्यंतरीच्या कालखंडात प्रबंध गानपद्धती पिछाडीला जाऊन उत्तर हिंदुस्थानात धृपद गायकी लोकप्रिय झाली. ग्वाल्हेरचा राजा माण (इ. स. १४४६-१५२६) याच्या प्रयत्नाने धृपद गायकीला मान्यता मिळाली. अकबर बादशहाच्या दरबारातील तानसेन, बैजू बावरासारख्या धृपदियांची ख्याती सर्वश्रुत आहेच. उत्तरेप्रमाणे दक्षिणेतही कलेला राजमान्यता मिळाली असा इतिहास सापडतो. विजापूरचा सुलतान दुसरा आदिलशहा (१५८०-१६२७) हा कवी, चित्रकार, साहित्यिक, गायक व धृपद रचनाकार होता. त्याचे सांगीतिक कर्तृत्व अकबराच्या कानी गेल्यावर बैजू या आपल्या दरबार गायकाला आदिलशहाकडून धृपदे शिकण्याकरता असदबेग या मुत्सद्दी सरदाराबरोबर पाठवलं. मात्र अकबराच्या निधनामुळे हा दौरा रहित करावा लागला. आदिलशहाच्या 'किताब-ए-नौरस' या ग्रंथात धृपद रचनांसोबत एकूण संगीत माहौलासाठी पोषक अशा त्याने राबवलेल्या इतर उपक्रमांचीही हकीकत सापडते.

अभिजात संगीतात गती, किंबहुना अभिरुची नसलेल्या सामान्य जनजीवनातही नारदीय कीर्तन, संतकाव्य, अभंग, भारुडं इत्यादींच्या माध्यमातून संगीतपुष्टी होत राहिल्याचे पुरावे 'भावार्थदीपिका', 'ज्ञानेश्वरी', 'अमृतानुभव', 'ग्रंथसाहेब' या ग्रंथांद्वारे मिळतात. ज्ञानेश्वर, नामदेव, गुरु नानक, एकनाथ, रामदास इत्यादी लौकिकार्थाने संगीतकार नसणाऱ्या संतांनीही संगीताच्या व्यासपीठवृद्धीच्या कामी आपलं अमूल्य योगदान दिलेलं आहे.

पेशवाईच्या सुरुवातीस म्हणजे अठराव्या शतकाच्या प्रारंभीच्या दशकात ख्यालगायकी उत्तरेत नुकतीच पाय रोवू लागली होती. तिचा प्रसार दक्षिणेकडे महाराष्ट्रात होण्यासाठी बराच अवधी जावा लागला. या राजकीय अस्थिरतेच्या काळात 'पोवाडा' या वीररसप्रधान आणि लावणी या शृंगारिक गीतप्रकारांना वाव मिळाला. पोवाड्यापेक्षा लावणीमध्ये माफक प्रमाणात का होईना पण रागदारी संगीताचा प्रभाव दिसून येतो. एकोणिसाव्या शतकाच्या मध्यापर्यंत मराठेशाहीचा अंत आणि मोगल साम्राज्याचा ऱ्हास झाला. तोपर्यंत मिळत असलेल्या राजाश्रयापासून वंचित झालेलं संगीत टिकून राहिलं ते देवळांमुळे आणि हरिकीर्तनकारांच्या संचारामुळे. ब्रिटिश राजवटीने मात्र संगीताकडे दुर्लक्ष केलं. दरम्यान त्या काळात टिकून राहिलेल्या ग्वाल्हेर, इंदूर, देवास, बडोदे, कोल्हापूर, सांगली, मिरज, औंध, कुरुंदवाड, रामपूर, जयपूर, पतियाळा या संस्थानांनी संगीताला प्रोत्साहन दिलं. एकोणिसाव्या शतकाच्या शेवटी विसाव्या शतकाच्या प्रारंभी संगीतक्षेत्राने एक प्रकारचं नवसंजीवन अनुभवलं. श्रेष्ठ गवयांनी मातब्बर असामींच्या सहकार्याने संगीत संशोधन व संगीताला लोकाश्रय मिळवून देणाऱ्या संस्था उभारून संगीताला प्रतिष्ठा मिळवून दिली.

दैनंदिन जीवनात असलेल्या संगीताच्या अस्तित्वामुळे सामाजिक व राजकीय उलथापालथींच्या पार्श्वभूमीवर वेगवेगळ्या घटकांतील संगीताच्या अभिसरणामुळे व्यासपीठाची उपलब्धी सतत निरनिराळी प्रयोजनं घेऊन होत राहिली आहे.

**

गांधर्वगान

ब्रिटिश अमदानीत एकूण संगीत जगताने पडता काळ अनुभवला असं दिसतं. राजकीय घडामोडींचा वेग इतका प्रचंड वाढला की, कलांचा आस्वाद घेण्यासाठी जीवनात जे स्थैर्य आवश्यक असतं त्याचं मंथन म्हणून स्वातंत्र्यसंग्रामाकडे पाहता येईल. एकीकडे अभिजात संगीताचं

जतन, शिक्षण वैयक्तिक पातळीवर होत राहिलं असतानाच जनसंगीताने पोवाडे, संचलन गीतं किंवा मार्चिंग साँग्ज, प्रभातफेऱ्यांतील लोकमनाला आवाहन करणारं, देशप्रेम जागृत करणारं संगीत असा प्रचारकी वेष धारण केलेला दिसतो. उपयोजित संगीताचा परीघ आणि पर्यायाने व्यासपीठाची व्याप्ती ही परिचित मैफल, जलसे यांहून वेगळ्या स्तरांवरही कार्यरत झाली.

अभिजात संगीताकडे पाहिल्यास धृपद गायनशैली ठरावीक भावनांना साचेबद्ध रितीने प्रकट करू शकत असल्यामुळे तिच्या विकासाला खीळ बसली. उत्तरेकडे ख्याल गायकी जोमाने बहरू लागली.

महाराष्ट्रात ख्यालगायकीची परंपरा निर्माण व्हायला ज्यांचे भगीरथ प्रयत्न कारणीभूत ठरले ते 'गायनकलेतील भीष्माचार्य' बाळकृष्णबुवा इचलकरंजीकर हे होत. बुवांचा जन्म १८४९ सालचा. लहानपणीच आईवडील वारल्याने शालेय शिक्षणाला रजा देऊन संगीत शिक्षणाची कास धरत त्यांनी मध्यप्रदेशातील धार संस्थान गाठलं. तिथं देवजीबुवा, नंतर ग्वाल्हेर येथील प्रख्यात ख्यालिये व हस्सू खाँ यांचे शिष्य वासुदेवबुवा जोशी, तत्पश्चात काही काळ हद्दू खाँ यांचे चिरंजीव छोटे महंमद खाँ यांच्याकडून कठोर तपस्येने गानविद्या वश करून घेतली.

अभिजात संगीतातील मैफलीचे कलाकार म्हणून अमीट ठसा उमटवण्याबरोबरच पं. विष्णू दिगंबर पलुस्कर, मिराशीबुवा, नीळकंठबुवा, गुंडूबुवा, इंगळे, अनंत मनोहर जोशी इत्यादींसारखे अन्य शिष्यही घडवले. त्याकाळी संगीत विषयाला वाहिलेलं 'संगीतदर्पण' नावाचं मासिक सतत दोन वर्षं चालवणं हा संगीताच्या सर्वंकष उत्कर्षासाठी केलेला अभिनव व धाडसी उपक्रम म्हणता येईल. गवयाने फक्त गावं या पूर्वापार चालत आलेल्या संकल्पनेला छेद देत गायकाने लेखणीतूनही व्यक्त व्हावं हा पायंडाही त्यांनी पाडला.

यापुढचा आजपर्यंतचा सर्वांत द्रष्टा दूरगामी प्रयत्न म्हणून ज्याचा उल्लेख अटळ आहे तो म्हणजे, पंडित विष्णू दिगंबर पलुस्करांनी ५ मे १९०१ रोजी लाहोर येथे केलेली 'गांधर्व महाविद्यालय' या संगीत शिक्षण संस्थेची स्थापना. पंडितजींचा जन्म १८ ऑगस्ट १८७२ सालचा. वडील कीर्तनकार असल्यामुळे गायनाचे संस्कार बालपणीच रुजलेले. डोळ्यांना झालेल्या अपघातामुळे त्यांची दृष्टी अधू झाली.

संकट ही संधी मानून त्यांनी संगीत कलेलाच जीवन समर्पित केलं. पं. बाळकृष्णबुवा इचलकरंजीकरांकडे सुमारे नऊ वर्षं संगीताची तालीम घेतली. या काळात आपल्या थोर गुरूंचा गवई म्हणून योग्य मान राखला जात नाही, या गोष्टीचा सखोल परिणाम त्यांनी संगीत क्षेत्रात घडवून आणलेल्या क्रांतीत परिवर्तित झाला असल्यास नवल नाही. बाळकृष्णबुवांकडून मिळालेल्या ज्ञानाचा प्रकट आविष्कार स्वतंत्र रितीने करण्याचा आत्मविश्वास आल्यानंतर १८९६ पासून महाराष्ट्र व बाहेर बडोदे, राजकोट, ग्वाल्हेर, मथुरा, दिल्ली आणि पंजाबात आपलं गायन सादर करून श्रेष्ठ कलाकार म्हणून लौकिकपात्र केलं. दरम्यानच्या काळात राजकोटला गायनाचा जाहीर जलसा करून दरबारात होणाऱ्या संगीत मैफलीला सार्वजनिक स्वरूप देणं, ब्रजभाषेचा अभ्यास, संगीतावरील संस्कृत वाङ्मयाचे परिशीलन, हिंदी भाषेतून वक्तृत्वाचा अभ्यास, संगीत स्वरलिपी निर्माण करण्याचे प्रयत्न अशा कार्याची सिद्धता केली.

**

... आणि घरोघरी साधना सुरू झाली

अण्णासाहेब किर्लोस्करांनी ३१ ऑक्टोबर १८८० रोजी संगीत 'शाकुंतल'चा पहिला प्रयोग सादर करून गाण्याला नाटकाचं नवीन दालन अथवा व्यासपीठ मिळवून दिलं. सन १८७८ पासून ध्वनिमुद्रण तंत्रज्ञान प्रगत होऊ लागल्यामुळे संपूर्णत: अपरिचित माध्यमसन्मुख व्यासपीठाचा उदय झाला तर १८९३ मध्ये लोकमान्यांनी सार्वजनिक गणेशोत्सवाचा आरंभ करून स्वराज्य मिळवण्याच्या राजकीय हेतूला पोषक अशा सामाजिक व्यासपीठाची नांदी केली आणि गायनकलेच्या प्रस्तुतीसाठी एक मंच देऊ केला. पंजाबात १८७५ सालापासून बाबा हरिवल्लभांनी गुरू तुलजागिरी यांना आदरांजली वाहण्यासाठी हरिवल्लभ संगीत समारोह सुरू केला. पं. विष्णू नारायण भातखंडे यांचा 'हिंदुस्थानी संगीत पद्धती' ग्रंथाचा पहिला खंड १९०९ साली प्रकाशित झाला. रावसाहेब कृष्णाजी देवल

यांच्या 'Hindu Musical Scale and Twenty two Shruties' हा प्रबंध १९१० साली इंग्रजीतून प्रसिद्ध झाला, तर पंडित ग. भि. आचरेकरांनी बावीस श्रुतींवर प्रमाणित केलेलं हार्मोनियम तयार केलं. म्हणजेच एकोणिसाव्या शतकाच्या उत्तरार्धापासून संगीत कलेचं व गायकांचं हित जोपासण्याचे अनेक प्रयत्न सांस्कृतिक किंवा व्यक्तिगत पातळीवर होत होते. मात्र विष्णू दिगंबरांच्या 'गांधर्व' विद्यालय स्थापनेचं वेगळेपण शास्त्रीय संगीत कलाकारांचा सामाजिक स्तर उंचावण्यात, कलाकारांकडे पाहण्याच्या दृष्टिकोनात आणि संगीत शिक्षणाला शिस्तबद्ध स्वरूप देण्यात आहे. केवळ मैफल कलाकार (Performing artist) याशिवाय रचनाकार, संगीत अभ्यासक, आस्वादक, समीक्षक, संगीतातले होतकरू संगीत शिक्षक अशी कित्येक दालनं त्यामुळे खुली झाली. समस्त संगीत व्यवहारातील सहभागी घटकांना संघटित स्वरूप मिळालं आणि 'गांधर्व'च्या परीक्षा पद्धतीमुळे नवोदितांच्या सांगीतिक कामगिरीचा आलेख तपासणारी मूल्यमापन पद्धत अस्तित्वात आली.

संगीत कलाकारांना समाजात मिळणारी हीन वागणूक, जनतेमधील संगीत शिक्षणाचा अभाव, कलाकारांची व्यसनाधीनता, लहरीपणा, विद्या राखून ठेवण्याकडे असणारा कल, संगीताची शास्त्रीय मीमांसा करण्याकडे कलाकारांचा निरुत्साह या सर्व अडचणींवर मात करून संगीताचा रसिकवर्ग वाढावा, संगीतामुळे मिळणाऱ्या आनंदात सामान्य श्रोत्याला सामील करून कलाकार व समाजातील दरी कमी व्हावी या हेतूने सुरू झालेल्या 'गांधर्व महाविद्यालया'च्या स्थापनेला अनन्यसाधारण महत्त्व आहे. 'गांधर्व'मुळे खऱ्या अर्थाने संगीत शिक्षणाला मुक्तद्वार मिळालं.

विद्यार्थ्यांची फी, धनिकांच्या देणग्या आणि येणारी तूट भरून काढण्यासाठी स्वतःच्या मैफलीची बिदागी असं अर्थकारण त्यांनी राबवलं. संगीत लोकाभिमुख होण्यासाठी संगीताचा शिक्षणक्रम आखून परीक्षा पद्धतीचा अवलंब, वेगवेगळ्या रागांतील बंदिशी स्वरलिपीबद्ध करून क्रमिक पुस्तकांद्वारे विद्यार्थ्यांना उपलब्ध करून देणं, असे संगीत शिक्षण देणारे शिक्षक घडवणं असा हा अनेक कलमी कार्यक्रम होता. पं. ओंकारनाथ ठाकूर, विनायकराव पटवर्धन, नारायणराव व शंकरराव व्यास, वामनराव

पाध्ये, शंकरराव पाठक, बाबूराव गोखले अशा अनेकांचा त्यांच्या शिष्यवर्गात समावेश झाला होता. संगीत कलेची बूज जनमनसात राखली जावी याकरिता शिक्षकांकडे निर्व्यसनीपणा, आर्जव, शिस्त, वक्तशीरपणा, स्वाभिमान व निष्ठा असण्याबद्दल पंडितजी दक्ष होते.

१९०१ ते १९०८ या सुमारे आठ वर्षांत गांधर्व महाविद्यालयाला मिळालेल्या उदंड यशामुळे पंडितजींनी मुंबईला संस्थेची शाखा स्थापन करून तिला स्थायी स्वरूप दिलं. आपली पत्नी व पुतण्या यांना संगीत शिक्षण देऊन कुलीन स्त्रियांना या क्षेत्रात प्रवेश खुला केला. निरनिराळ्या वाद्यांचं शिक्षण व वाद्यं तयार करण्याचं वेगळं दालन उघडलं. पुढे त्याची Musical Instrument Supplying Company निर्माण झाली. लाहोरातला छापखाना व प्रकाशन विभाग मुंबईत आणून संगीतावरील इतर पुस्तकांसोबतच 'गांधर्व महाविद्यालय' हे मराठी मासिकही सुरू केलं.

संगीत विद्यार्थ्यांना पदवीदान करण्याची अभिनव कल्पना १९११ साली मुंबई इलाख्याचे गव्हर्नर लॉर्ड सिडनहॅम यांच्या हस्ते प्रत्यक्षात आणली. तसंच त्यांनी आयोजित केलेल्या संगीत परिषदांमध्ये गुरू बाळकृष्णबुवा, रहिमत खाँ, विलायत हुसेन खाँ यांसारख्या दिग्गजांची गाणी केली.

पुढे जीवनात आलेल्या काही विदारक अनुभवांमुळे विरक्त होऊन उर्वरित आयुष्य रामकीर्तनात व्यतीत केलं. पंडितजींनंतर प्रिन्सिपल बी. आर. देवधर यांनी त्या त्या घराण्यातील थोर गायकांची चरित्रं लिहून, विद्यादान करून संगीताच्या शास्त्रीय रसग्रहणाला व्यापक करून ही धुरा वाहिली. पंडितजींच्या एकुलत्या एक चिरंजीवांनी पं. डी. व्ही. पलुस्करांनी लहान वयात संगीत मर्मज्ञ व रसिकांची प्रशंसा मिळवली. दुर्दैवाने, १९५५ साली त्यांचं अकाली निधन झालं.

संगीताच्या पूर्वापार शिक्षण पद्धतीत कालसुसंगत बदल घडवून संगीत शिक्षणक्रम यशस्वी करणं आणि संगीत कलेचं शिक्षण व्यवसायाभिमुख करणं, जिज्ञासूंसाठी शिक्षणाच्या सोयी व कार्यक्रम करणं या अजोड सामाजिक कार्याबद्दल पं. विष्णू दिगंबरांना विनम्र अभिवादन!

**

प्रभु अजि गमला...

व्यासपीठाच्या प्रगतीचा माग काढताना असं दिसतं की, रसिकांनी अभिजात संगीताचा आस्वाद मैफली, राजदरबारातील जलसे, संगीत समारोह किंवा गांधर्व महाविद्यालयासारख्या अनेक छोट्या-मोठ्या संस्थांमधील नियमित आयोजित केल्या जाणाऱ्या बैठकांतून घेतला. भक्तिसंगीत देवालयातून, तर जनसंगीत किंवा लोकसंगीत सणा-उत्सवादरम्यान जमलेल्या रंगमंचावरून पुढे जात राहिलं. या संगीताचा नाट्यकलेशी मेळ घालून निर्माण झालेल्या नाट्यसंगीत व्यासपीठाचं आगळेपण अधिक खोलात जाऊन स्पष्ट व्हायला हवं.

मागे उल्लेखल्याप्रमाणे ३१ ऑक्टोबर १८८० रोजी अण्णासाहेब किर्लोस्करांनी 'संगीत शाकुंतल'चा पहिला प्रयोग करून नाट्यसंगीताच्या वैभवशाली परंपरेची मुहूर्तमेढ रोवली. त्यातील पदांच्या चाली साकी, दिंडी, भजनं, लावणी व रागदारीवर आधारित होत्या. यासाठी बाळकोबा नाटेकर, मोरोबा वाघोलीकर आणि भाऊसाहेब कोल्हटकर या त्रयीची गायक नट म्हणून निवड केली. किर्लोस्करांच्या संगीत नाटकांच्या या प्रयत्नांना समाजाच्या सर्व थरांतून मिळालेला प्रतिसाद उत्साहवर्धक होता, अशी नोंद मिळते.

किर्लोस्करी संगीत नाटकातील गायन पद्धती अधिक विस्तारक्षम व रागदारी संगीतप्रबळ करण्याचा प्रयत्न पांडुरंग गोपाळ गुरव ऊर्फ पांडोबा यवतेश्वरकर यांनी केला. सन १८९० च्या सुमारास स्थापन केलेल्या वाईकर संगीत मंडळींकडून 'रासोत्सव', 'द्यूत विनोद' यांसारखी नाटकं रंगभूमीवर आणली, ज्यांत जयजयवंती, अडाणा, सुहा, परज, बसंत बहार, बिभाससारख्या अवजड रागांचा समावेश केला. संगीत नाटकांत धृपद, तराणा, सरगमसारखे प्रकार त्यांनी अवलंबले.

किर्लोस्करी पद्धतीच्या नाट्यसंगीताला दुसरं वळण लावलं गेलं ते पाटणकर संगीत मंडळींकडून. त्यांनी गुजराती व पारशी रंगभूमीवरील गझल व कव्वालीच्या साच्यात नाट्यसंगीताला बसवलं. हाच प्रयत्न हेतुपुरस्सरपणे पुढे श्रीपाद कृष्ण कोल्हटकरांनी १८९६ सालच्या 'वीरतनय' व १९०१ सालच्या 'मूकनायक' या नाटकांतील संगीताकरवी राबवला. मात्र नाट्यसंगीतात परिवर्तन आणायचे यवतेश्वरकर, पाटणकर, कोल्हटकरांचे

प्रयत्न अल्प यशस्वी ठरले. किर्लोस्कर मंडळीने १२ मार्च १९११ रोजी आणलेल्या 'संगीत मानापमान'मध्ये प्रथमच नाटककार व संगीतकार यांचं कार्यक्षेत्र स्वतंत्र झालं. 'मानापमान'च्या संगीत दिग्दर्शनाची धुरा गोविंदराव टेंबे यांनी वाहिली. त्यांनी नाट्यपदांना पूरब अंगाच्या ठुमरी व कजरीच्या चाली वापरल्या. याखेरीज घडलेली दुसरी महत्त्वपूर्ण घटना म्हणजे श्रीपाद नारायण राजहंस ऊर्फ बालगंधर्व या असामान्य गायकनटाची निवड होय. बालगंधर्वांचं रूप, अभिनय यांबरोबरच स्वरप्रधान गायकीला अनुकूल आवाज, परिणामकारक उच्चार आणि लयकारीची समज आणि ती करण्याची असामान्य हातोटी यामुळे बालगंधर्वांच्या गायकीने नाट्यसंगीताचा कळसाध्याय गाठला हे म्हणणं अतिशयोक्तीचं ठरणार नाही.

यानंतर भास्करबुवा बखले यांच्या संगीत दिग्दर्शनात आलेलं खाडिलकरांचं 'स्वयंवर' - ज्यात पुन:श्च रागदारीवर आधारित चालींचा वापर झाला. भास्करबुवांनी रसिकांना सहज पचनी पडतील अशा भीमपलास, यमन, बिहाग, तिलककामोद रागांचा सार्थ वापर केला. त्यांचा नाट्यासंगीताविषयीचा दृष्टिकोन त्यांचे शिष्य मास्टर कृष्णराव, गोविंदराव टेंब्यांनी अनुसरला. नाट्यसंगीत स्थिरावलं व अभिजात संगीताशी असलेला त्याचा दुवा घट्ट झाला. नाट्यसंगीतातून अभिजाततेचा कस जपला जावा याकरता अनेक नाटक कंपन्यांनी भास्करबुवा बखले, रामकृष्णबुवा वझे, अल्लादिया खाँसारख्या गानमहर्षींना गायकनटांना तालीम देण्याकरता आपल्यापाशी बाळगलं. बाळकोबा नाटेकर, बालगंधर्व, गोविंदराव टेंबे, केशवराव भोसले, भाटे बुवा, मिराशी बुवा, वामनराव सडोलीकर, हिराबाई बडोदेकर, दीनानाथ मंगेशकर, शंकरराव सरनाईक, पेंढारकर पिता-पुत्र, रघुवीर सावकार, ज्योत्स्ना भोळे, जयमाला शिलेदार, छोटा गंधर्व, रामदास कामत, वसंतराव देशपांडे, राम मराठे अशी दीर्घ नामावली अभिजात संगीत नाट्यसंगीताच्या व्यासपीठावरून लोकाभिमुख व लोकप्रिय करण्यास कारणीभूत ठरली.

नाट्यसंगीताचा उगम, प्रगती, सुवर्णकाळ आणि पिछेहाट याचं मंथन केल्यास पुढील अनेक बाबींचा अभ्यास अपरिहार्य ठरेल. संगीताची नाटकातलं नाट्य गहिरं करण्यासाठी आवश्यक भूमिका, संगीत व नाट्य यांचा राखलेला किवा ढळलेला समतोल, गायकनटामध्ये गायकाचं किंवा नटाचं वरचढ असणं, नाट्यसंगीतातल्या स्त्रीपार्टी नटांची बदलत गेलेली

अवस्था व गरज, संगीताच्या अतिरेकामुळे नाटकाचा असह्य व अतिलांबट कालावधी, कालसुसंगत विषयांचं संगीत नाटकांना असलेलं वावडं, सिनेमा, त्यांतील पार्श्वसंगीत, रेडियोसारख्या माध्यमांनी दिलेला शह, संगीत नाटक प्रयोगांसाठी आवश्यक साधनसामुग्री व संचाचा अभाव या सर्व स्थित्यंतरांमधून जाऊनही नाट्यसंगीताची आजतागायत असलेली लोकप्रियता नाट्यसंगीताच्या स्वतंत्र मैफिलींमधून अनुभवता येते.

पं. जितेंद्र अभिषेकी यांनी नाट्यसंगीत रचनेला व गायकीला आपल्या प्रतिभेने सर्वत: नवं रूप दिल्याचं दिसतं. रागदारी संगीत मैफिलीतही गायक आवर्जून नाट्यसंगीत पेश करताना दिसतात. 'मला उमजलेले बालगंधर्व' हा पं. कुमार गंधर्वांचा कार्यक्रम संगीततज्ज्ञ व जाणकारांमधील नाट्यसंगीताची मोहिनी कायम असल्याची साक्ष देतो, तर सुबोध भावे यांनी मोठ्या पडद्यावर आणलेला 'कट्यार काळजात घुसली' हा सिनेमा किंवा 'संगीत संशयकल्लोळ' या गंधर्व नाटक मंडळीने सादर केलेल्या नाटकाचं माध्यमांतरित रूप म्हणून विशाल इनामदार यांचा 'गडबड गुंडा – संशयाचा एक कल्लोळ' हा सिनेमा असो; ते नाट्यसंगीताची मुळं रसिकांमध्ये घट्ट रुजल्याचा पुरावा देतात.

रघुनंदन पणशीकर यांनी संगीत दिग्दर्शित केलेलं अलीकडचं 'अवघा रंग एकचि झाला'सारखे तुरळक प्रयत्न सोडता संगीत नाटकाला बसलेली खीळ निश्चितच क्लेशदायक आहे.

**

लखलख चंदेरी तेजाची न्यारी दुनिया

संगीत व्यासपीठाचा धांडोळा घेताना अभिजात संगीत, त्याच्या उत्तेजनासाठी उपलब्ध असलेले राजेरजवाडे, संस्थानिकांचे दरबार, गांधर्व महाविद्यालय सारख्या लोकमान्य, खाजगी अथवा सरकारी संस्था, गवयांच्या पुढाकाराने सुरू झालेले अनेक ठिकाणचे संगीत महोत्सव अशी यादी करता येते. त्याचबरोबर नाटकासारख्या प्रयोगकलेच्या माध्यमातून अवतरलेल्या नाट्य संगीताचं व्यासपीठ पाहतानाच विज्ञान आणि

तंत्रज्ञानातील प्रगतीमुळे उपलब्ध झालेली व्यासपीठं म्हणून ध्वनिमुद्रण, आकाशवाणी, सिनेमा आणि पार्श्वसंगीत यांचा स्वतंत्र परामर्ष घेणं आवश्यक ठरतं.

नादब्रह्माचा होणारा परिणाम अत्यंत दूरगामी व चिरकाळ टिकणारा असला तरी गायनाचं प्रत्यक्ष अस्तित्व अल्पजीवीच असतं. या अल्पजीवी कलेला दीर्घकाळ संजीवनी देणाऱ्या ध्वनिमुद्रण (recording) तंत्राचे, सर्व कलाकार व रसिकांनी अत्यंत ऋणी असलं पाहिजे. हे ध्वनिमुद्रण तंत्र थॉमस एडिसन यांनी अमेरिकेत १८७८ मध्ये शोधलं. तर पहिल्या हिंदुस्थानी संगीताचं गायन ग्रामोफोन कंपनीने १८९९ साली लंडन येथे ध्वनिमुद्रित केलं. १९०२ साली पहिली ग्रामोफोन डिस्क कलकत्ता इथून प्रकाशित झाली.

मूकपट व बोलपटाच्या युवावस्थेत जेव्हा चित्रपटाचा पडदा अद्याप त्याच्या सर्व सार्मथ्यानिशी तळपत नव्हता तेव्हा म्हणजे १९२२ मध्ये 'चित्रपट ही सर्वांत महत्त्वाची कला ठरेल' या लेनिननी केलेल्या भाकितातलं तथ्य आपण विनासंदेह मान्य करू. सिनेमाची उत्तरोत्तर वाढत असलेली लोकप्रियता याचा संगीतकलेला प्रत्यक्ष किंवा अप्रत्यक्ष रीत्या झालेला फायदा म्हणजे संगीताचा कोणताही बाज, शैली किंवा अभिजात ते जनसंगीतापर्यंत सर्व कोटींना समावेशक असं चित्रपटांचं वैविध्य फक्त गायन कलेलाच नव्हे तर गाण्याशी संबंधित इतर अनेक क्षेत्रांतील करीअर्सना वाव देणारं ठरलं, जसे संगीत दिग्दर्शक, गायक, वादक, अरेंजर्स किंवा संगीत संयोजक, ध्वनिमुद्रक, ऑर्केस्टा कंडक्टर्स, समीक्षक अशा एक ना असंख्य. आजच्या घडीला यात मार्केटिंग किंवा प्रसिद्धी क्षेत्राची भर घातली पाहिजे. कारण हल्ली नव्या गाण्याचे प्रोमोज असे काही लीलया ऐकवले जातात की, सिनेमा प्रदर्शित होण्यापूर्वी 'म्युझिक लॉंच' हा एक महत्त्वाचा सोहळा ठरलेला असतो.

या टप्प्याने गाठलेली मजल अनेक रंजक हकीकतींनी भरलेली व भारलेली आहे. मूक चित्रपट जमान्यात सिनेमा कंपनीचे मालक, स्थानिक गायक, वादक कलाकारांकडून पडद्यावरील चित्रसाखळीला समर्पक धून किंवा चाली प्रत्यक्ष प्रेक्षागृहात वाजवून घेत. पंजाबात 'हे जमालो' या

धूनने पिक्चर संपत आल्याची सूचना दिली जात असे. या नंतरच्या काळात अमेरिकेत प्रसिद्ध झालेला 'बेनहर' हिंदुस्थानात दाखवताना त्याबरोबर कंपनीने तयार केलेलं संगीत संयोजन ठरावीक वेळी वाजवलं जाई. यासाठी चित्रपटांची रिळं घेऊन फिरणारा माणूस हे ध्वनिपरिणामही घेऊन फिरत असे.

यापुढच्या टप्प्यामध्ये चित्रपट दाखवण्यासोबत गायक, वादक, कलाकार पिटात बसून पडद्यावरील प्रतिमेशी सुसंगत संगीत पुरवत. जोधपूरमध्ये कटालिया हाऊसमध्ये पंडित मोतिलाल हे मटका वादक यात निष्णात होते. टॉकी युगामध्ये ते नौशाद यांचं काम करू लागले. पंकज मलिक व रायचंद बोराल यांनी 'चोरकाटा' पिक्चरसाठी मुव्ही पियानिस्ट बनून रवींद्रसंगीताचा वापर केला. चित्रपटाच्या टॉकी - बोलपट - या विकासावस्थेनंतर स्टुडिओ व त्यानंतर इंडस्ट्री अवतरली असा क्रम देता येतो. यावेळी चित्रपटात गाणाऱ्या अभिनेता व अभिनेत्रीची निवड होई आणि गायनाचं ध्वनिमुद्रण व अभिनयाचं चित्रण एकाच वेळी केलं जाई. १४ मार्च १९३१ रोजी झळकलेल्या 'आलम आरा' मध्ये 'दे दे खुदा के नाम पर प्यारे' हे पहिलं चित्रपटगीत गाणारे डब्ल्यू. एम. खान हे पहिले हिंदी अभिनेते गायक होते.

'कृष्णावतार' या बोलपटासाठी संगीत केशवराव भोळे यांचं होतं. वसुदेवाची भूमिका करणाऱ्या नटाला गाता येत नसल्यामुळे केशवरावांनी ओठांची योग्य हालचाल पडद्यावर करवून घेऊन गायन स्वतः सूक्ष्म ध्वनि ग्राहकांवर केलं. भविष्यातला चित्रपट व पार्श्वसंगीतातला दृढ संगीत संबंध प्रस्थापित होण्याची ही पायाभरणी समजूया.

खऱ्या अर्थाने हिंदुस्थानी चित्रपटांमध्ये पार्श्वगायन १९३५ साली नितीन बोस दिग्दर्शित 'भाग्यचक्र' या बंगाली चित्रपटात अवतरलं व त्याच वर्षी त्याचा हिंदी अवतार 'धूपछाँव' हाही प्रसिद्ध झाला. 'हिंदी चित्रपटा'त 'संगीत-परंपरा आणि आविष्कार' हे अशोक दा. रानडे यांचं पुस्तक वाचकांना चित्रपटांच्या दुनियेची रंजक सफर अभ्यासपूर्ण व तितक्याच रसाळपणे घडवील यात शंका नाही.

**

रहे ना रहे हम...

१९३१ मध्ये आलेल्या 'आलमआरा'पासून सुरू झालेल्या चित्रपटांतील पार्श्वसंगीताच्या रोमांचक सफरीला आज तब्बल आठनऊ दशकं होत आली. प्रादेशिक भाषांतील चित्रपटांनीही संगीतातील आपलं अस्तित्व डौलदारपणे जरी दाखवलं असलं तरी हिंदी चित्रपट संगीताने हिंदुस्थानाला समर्थपणे एकजीव ठेवलं आहे.

पार्श्वसंगीत, गायक, गायिका, रचनाकार, वादक यांच्या कामगिरीचा इतिहास सनावळीप्रमाणे पुन्हा सांगणं हा या लेखाचा उद्देश नाही. तर ते पार्श्वसंगीताचा जीवनावर झालेला परिणाम अभ्यासताना त्यातल्या ठळक शिलेदारांना सलाम करणं हा आहे.

बी. आर. देवधर, उस्ताद झंडे खाँ, गोविंदराव टेंबे, रायचंद बोरालपासून सुरू झालेली ही मांदियाळी आताच्या विशाल भारद्वाज, प्रीतम, शंकर एहसान लॉय, अंकित तिवारी, साजीद-वाजीद यांच्यापर्यंत येऊन ठेपते. यांमध्ये पार्श्वसंगीताला आपल्या संगीत दिग्दर्शनाने वेगळं वळण देण्याच्या कामी जे अग्रेसर राहिले त्यांचा उल्लेख न टाळण्याजोगा आहे.

रायचंद बोराल या जवळपास दीडशे सिनेमांना संगीत देणाऱ्या दिग्दर्शकाकडे सैगलच्या चित्रपटसृष्टीतील आगमनाचं श्रेय जातं. त्यांच्या वाद्यवृंदात तीस वादकांचा ताफा असे. १९३७ च्या 'प्रेसिडेंट' सिनेमातील 'एक बंगला बने न्यारा' किंवा १९३८ च्या 'स्ट्रीट सिंगर'मधील 'बाबुल मोरा' ही त्यांची लक्षणीय उदाहरणं. पंकज मलिक यांनी प्रथम न्यू थिएटर्ससाठी मूकपट व बोलपटात संगीतसाहाय्य केलं. रवींद्र संगीताचा खुबीने केलेला वापर व वाद्यवृंदाचा घसघशीत वापर हा त्यांचा विशेष होता. सैगलची 'सोजा राजकुमारी' किंवा 'मैं क्या जानूं क्या' ही अजरामर गाणी पंकज मलिक यांनी संगीतबद्ध केली होती. तिमिर बरन या मूळच्या वादक संगीतकाराने सिनेमासारख्या नवीन माध्यमाच्या संगीतासाठी सारंगी, सरोद, बासरी या देशी वाद्यांबरोबरच पियानो, क्लॅरिनेट, बँजोसारख्या पाश्चात्त्य वाद्यांचाही प्रयोग केला. खुर्शीद अर्थात सरस्वतीदेवी या लखनौच्या मॅरिस म्युझिक कॉलेजातील ध्रुपद धमारची शास्त्रशुद्ध तालीम घेतलेल्या पारशी स्त्री संगीतकाराने १९३५ ते १९४१ या काळात बॉम्बे

टॉकीजसाठी चित्रपट संगीत दिलं. त्यांचं 'अछूत कन्या'मधलं देविकाराणी व अशोककुमार यांच्यावर चित्रित झालेलं 'मैं बनकी चिडिया' वाचकांच्या स्मरणात असेल.

यानंतर अनिल विश्वास यांचा १९३५ 'धरम की देवी'मध्ये गायक, 'भारत की बेटी', १९३६ साली दुसऱ्या संगीत दिग्दर्शकांबरोबर जोड कामगिरी व नंतर १९४८ च्या 'अनोखा प्यार'पासून स्वतंत्र संगीतकार म्हणून चित्रपटसृष्टीत क्रमश: प्रवेश झाला. 'अनोखा प्यार'साठी लताबाई त्यांच्यासाठी पहिल्यांदाच गायल्या. गाणी होती – 'याद रखना चांद तारो, इक दिल का लगाना बाकी था.' ते स्वत: लयवाद्यांमध्ये तरबेज होते. लताबाईंना पार्श्वगायन तंत्रातील मेख सांगणं, तर तलत साहेबांना आवाजातील कंपाचा दोष म्हणून नव्हे तर बलस्थान म्हणून करायचा वापर, याशिवाय मुकेश,बेगम अख्तर, पारुल घोष, मीना कपूरसारख्या गुणी कलाकारांना चित्रपटांत गातं करणं यात त्यांच्या पार्श्वसंगीतातील अधिकाराची साक्ष पटते. सी. रामचंद्र व रोशन हे गुणी संगीतकार त्यांचे साहाय्यक होते. स्वातंत्र्योत्तर काळाच्या पूर्वार्धाचे उल्लेखनीय संगीतकार म्हणून खेमचंद प्रकाश यांचा उल्लेख करावा लागेल. १९५० च्या 'महल'मधलं लताचं 'आयेगा आनेवाला' हे गाणं ऐकून कैक मने नकळत वर्तमानाची वेस ओलांडतील.

संगीतकार नौशाद यांचा कार्यकाळ १९४० च्या 'प्रेमनगर'पासून सुरू होतो. त्यांनी तब्बल अठ्ठावन चित्रपटांना संगीत दिलं. नौशादजींनी केलेला हिंदुस्थानी रागसंगीताचा वापर, उस्ताद आमीर खाँ साहेब, पंडित द. वि. पलुस्कर, उस्ताद बडे गुलाम अली खाँ यांच्यासारख्या अभिजात संगीतातील महारथींना चित्रपटासाठी गातं करणं व गाणं मनाजोगतं उतरेपर्यंत कसून करवलेल्या तालमी हे त्यांचे विशेष सांगता येतील. सज्जाद हुसैन यांची संख्यात्मक कामगिरी चौदा चित्रपटांपुरती मर्यादित असली तरी त्यांतील गुणात्मक परिमाणामुळे ती नजरअंदाज करून चालणार नाही. उत्कृष्ट मँडोलिन वादक सज्जाद यांनी संगीतबद्ध केलेलं 'दिल मे समा गए सजन' किंवा तलतचं 'ये हवा ये रात ये चांदनी' हे नि:संशय मोहक व गायकाचा कस लावणारे आहेत. अभिनेता, गायक, वादक, रचनाकार, निर्माता व शिक्षक या विविध भूमिकांतून चित्रपटसृष्टीला समृद्ध करणारे अण्णासाहेब चितळकर अर्थात सी. रामचंद्र त्यांनी दिलेल्या

चालींमध्ये शास्त्रीय संगीतावर बेतलेल्या ('तुम क्या जानो तुम्हारी याद में', 'मोहब्बत ऐसी धडकन है'), पाश्चात्त्य संगीतावर बेतलेल्या ('इना मीना डिका', 'गोरे गोरे ओ बांके छोरे'), विनोदी धाटणीची ('मेरी जान संडे के संडे'), अजरामर द्वंद्वगीत ('कितना हंसी है मौसम') असं विपुल वैविध्य आढळतं. तर 'ऐ मेरे वतन कें लोगो' हे चित्रपटबाह्य देशभक्तिपर गीत, किंवा 'धीरे से आजा रे अखियन मे'सारखी अंगाई त्यांच्या अष्टपैलुत्वाची साक्ष देते. ओ. पी. नय्यर यांचा प्रांत म्हणजे टांगागीतं ('पिया पिया पिया', 'मांग के साथ तुम्हारा'), नाईट क्लब गीतं ('बाबुजी धिरे चलना', 'आईए महरबा'), शारीरिक हालचालींना पोषक अशी ऊर्जागीतं ('तुमसा नही देखा') किंवा लयीचे सौंदर्यपूर्ण बंध उलगडणारी ('जाईए आप कहां जाएंगे') अशी गीतं. लताबाईंविरहित कारकीर्द आणि रागदारी संगीताशी फारशी लगट न करणारं, पण उल्लेखनीय संगीत हा ओपींचा विशेष होता. एकूण नव्वद हिंदी पिक्चर्स, पाच बंगाली सिनेमे, सत्तावन गायक व सत्तावीस गीतकारांचा विस्तृत पट उलगडणारी विस्मयजनक कामगिरी करणारे संगीतकार व गायक सचिनदेव बर्मन. बंगाली मातीशी नातं जपणारं, गुणगुणण्यासारख्या सुगम चाली, लोक आणि शास्त्रीय संगीताला एकत्र आणणारं त्यांचं संगीत खऱ्या अर्थाने भारतीय होतं.

आपल्या नावीन्यपूर्ण चालींनी जयदेव, हेमंतकुमार, खय्याम, रवी, सुधीर फडके, गुलाम हैदर, रविशंकर अशा अनेक संगीतकारांनी चित्रपटसंगीताचा बहर विस्तारला. यांतील रोशन आणि मदनमोहन या दोन प्रतिभावान व स्वतंत्र शैली निर्माण करणाऱ्या संगीतकारांना वगळताच येणार नाही. रोशन यांनी योजलेला सारंगी वाद्याचा वापर, कव्वालीला दिलेली प्रतिष्ठा याप्रमाणेच रागदारी संगीताचे कलात्मक उपयोजन त्यांच्या बहुतांश गाण्यांत दिसून येते. ''रहते थे कभी जिनके दिलमे''मधला हळुवार तिलंग तर 'आ के अब आता नही दिल को करार''मधला आर्त बसंतमुखारी लताबाईंनी अजरामर केला आहे. मदनमोहन यांनी १९५०ला चित्रपटसंगीत सृष्टीत पदार्पण करत आपल्या चालींमधील परंपरा, नवता, प्रयोगशीलता, वैविध्य आणि दर्जा या जोरावर तत्कालीन अतिमहारथी संगीतकारांना आपली दखल घ्यायलाच नव्हे तर उत्स्फूर्त दाद द्यायला भाग पाडलं. 'गझलचा बादशहा' हे बिरुद मिळालेल्या मदनमोहन यांनी

लताबाईंबरोबर अवीट गोडीची असंख्य गीतं देऊन रसिकांना ''होऊ कसे उतराई?'' अशी दांडगी मजल मारली. 'अदा' (१९५१) चित्रपटातील 'सावरी सूरत मन भाई रे पिया', 'रेल्वे प्लॅटफॉर्म' (१९५५)मधील 'चाँद मध्धम है आसमां चूप है', 'हुई है हम से नादानी तेरी महफिल में आ बैठे' ही काही माझ्या पसंतीची मदनमोहन व लता याची हटके गीतं आहेत. याचा आणखी एक उत्कर्षबिंदू म्हणून राहुलदेव बर्मन यांचा विचार अपरिहार्य आहे. अत्यंत प्रयोगशील संगीतकार म्हणून त्यांनी दिलेल्या शास्त्रीय संगीतावर आधारित साध्या सोप्या चाली, पाश्चात्य संगीतावर आधारलेली गाणी, नृत्यसंगीत व त्याच्या परिणामकारकतेसाठी केलेला देशी-विदेशी वाद्यांचा वापर ही त्यांची वैशिष्ट्यं होती.

सलील चौधरी यांच्या संगीतात बंगालची प्रांतीय खुशबू आणि पाश्चात्य संगीत यांचा अकृत्रिम मिलाफ अनुभवायला मिळतो. या समस्त संगीतकारांनी दिलेली गाणी आज इतकी वर्षं उलटल्यानंतरही स्मरणात आहेत, याचं कारण म्हणजे प्रत्येक गाण्याच्या स्वतंत्र कलाकृती म्हणून दर्जाबाबत कुठलीही न केलेली तडजोड.

लोकप्रिय गाण्यांमुळे सिनेमे चालले अशी असंख्य उदाहरणं देता येतील. गाण्याचं सिनेमातील स्थान आगंतुक किंवा अनावश्यक असलं तरी गाण्यातील भाव, काव्य, चाल व गायकीने साधलेला अंतिम परिणाम हे इतकं अर्थपूर्ण होतं की कित्येक प्रकाशित न होऊ शकलेल्या किंवा आपटलेल्या सिनेमांचं संगीतही रसिकांच्या हृदयाचा ठाव घेऊन गेलं.

**

जोडी तुझी नि माझी

एकूणच जागतिक सिनेमाच्या व्यापात संगीताला त्याच्या सर्व सामर्थ्यानिशी व्यासपीठ देणारं हिंदी चित्रपटसंगीत हे एकमेवाद्वितीय आहे. त्यातही पार्श्वसंगीताला वैभवशाली वळणं देणाऱ्या संगीतकार जोड्यांचं योगदान हेही अद्वितीय आहे.

ज्यांच्याकडे हिंदी चित्रपट संगीतातील पहिली संगीतकार जोडी असल्याचा मान जातो ते मूळ जालंधर येथील पं. अमरनाथ यांचे धाकटे

भाऊ हुस्नलाल-भगतराम. 'प्रभात'च्या 'चाँद' बोलपटाद्वारे त्यांनी चित्रपटसृष्टीत पदार्पण केलं. हुस्नलाल हे व्हायोलिन वादक व उत्तम गायक होते, तर भगतराम हार्मोनियम वादक होते. या दुकलीला द्रुत लयीचं आकर्षण होतं. त्यांच्या गाण्यांवर रागदारी संगीताची थेट छाया कमी आढळते. मुकेश, रफी, तलत, लता, सुरैया, रोशन आरा अशा अनेक दिग्गजांना त्यांनी अवीट गाणी दिली. त्यांची पार्श्वसंगीतात जोडी म्हणून रुळलेली पायवाट स्वतंत्र ठसा उमटवणारी म्हणता येईल.

यानंतर व्यावसायिक यशाबरोबरच संगीतरचनांचं वैविध्य व वैपुल्य यांत अग्रेसर ठरलेली सर्वांत लोकप्रिय संगीतकार जोडी म्हणजे शंकर-जयकिशन! शंकर रघुवंशी व जयकिशन पांचाल यांनी १९४९ च्या 'बरसात'द्वारे चमकदार सुरुवात केल्यानंतर मागे वळून पाहिलंच नाही. संगीताची रीतसर तालीम नसूनही गझल, लोकगीत, पाश्चात्त्य अंगाची गीतं, शास्त्रीय राग आधरित रचना हाताळण्यातलं त्यांचं कौशल्य वादातीत आहे.

चित्रपटाव्यतिरिक्त त्यांनी लोकप्रिय फ्यूजन आल्बम 'Raga in Jazz style' ची निर्मिती केली, 'Everest expedition' या डॉक्युमेंटरीलाही संगीत दिलं. १९४९ ते १९९१ च्या दरम्यान जवळपास दीडशे चित्रपटांना संगीत देणाऱ्या या जोडीने वाद्यवृंदाचाही लक्षणीय वापर केला. सर्वाधिक म्हणजे नऊ वेळा फिल्मफेअर ॲवॉर्ड जिंकणाऱ्या या जोडीचं पहिलं फिल्मफेअर अवॉर्ड 'चोरी' या सिनेमासाठी त्यांना मिळालं. 'तुम्हे याद करते करते' (लता), 'जाने कहाँ गए वो दिन' (मुकेश), 'पान खाए सैंया हमारो'(आशा), 'दिल की गिरह बोल दो'(लता) ही त्यांची काही अजरामर गीतं.

यानंतर सर्वश्रुत संगीतकार जोडी म्हणजे कल्याणजी-आनंदजी हे शहा बंधू होत. १९५५ च्या 'चंद्रगुप्त'द्वारे पदार्पण करून आपल्या कारकिर्दीत एकूण अडीचशे चित्रपटांना संगीत देण्याची किमया त्यांनी साधली. कुठल्याही विशिष्ट क्लृप्त्यांचा आधार न घेता सरळ साधं, सुमधुर लोकप्रिय संगीत देण्यात त्यांचा हातखंडा राहिला. १९७५ च्या 'कोरा कागज' साठी त्यांना फिल्मफेअर ॲवॉर्डने सन्मानित करण्यात आलं. 'छोड दे सारी दुनिया किसी के लिए' हे 'सरस्वतीचंद्र' सिनेमातील गाणं माझं विशेष आवडतं आहे.

१९६३ च्या 'पारसमणी'द्वारे उदयास आलेली संगीतकार जोडी लक्ष्मीकांत-प्यारेलाल यांनी पस्तीस वर्षांच्या कारकीर्दीत संगीत दिलेल्या तब्बल चारशे चित्रपटांचा आकडा हा छाती दडपवणारा आहे. या दोघांनी कल्याणजी-आनंदजींचे संगीत साहाय्यक म्हणून काम सुरू केलं. 'अखियों को रहने दो' (लता), 'आ जाने जा'(आशा), 'आज मौसम बडा बेइमान है'(रफी), 'खत लिख दे सांवरिया के नाम बाबू'(आशा) ही त्यांची चटकन आठवणारी काही सुंदर गीतं.

प्रसिद्ध संतूरवादक शिवकुमार शर्मा व बासरीवादक पं. हरिप्रसाद चौरसिया यांनी 'शिवहरी' नावाने एकूण आठ चित्रपटांना संगीत दिलं. कलासंगीतातील अजोड गुणवत्तेसोबतच चित्रपटांच्या बाजाला आपलंसं करून अविस्मरणीय गाणी देत त्यांनी पार्श्वसंगीताला चार चाँद लावले. 'ये कहां आ गए हम'(सिलसिला) हे त्यांचं गाणं सर्वांचंच लाडकं आहे.

त्यानंतर अलीकडचे शंकर-एहसान-लॉय या संगीतकार त्रयीने आपल्या संगीतात माधुर्य, प्रयोगशीलता व नावीन्य यांचा समतोल राखलेला आढळतो. संगीतकार जोड्यांची ही परंपरा नदीम-श्रवण, दिलीप-समीर, आनंद-मिलिंद, निखिल-विनय, साजीद-वाजीद, विशाल-शेखर, अजय-अतुल अशी लांबवर विस्तारणारी आहे. संगीत दिग्दर्शनातील परस्परपूरक घटकांवरचं प्रभुत्व या जोड्यांना एकत्र आणण्यात यशस्वी झालं असं म्हटल्यास वावगं ठरू नये. कोणी चाल बांधण्यात तरबेज तर कोणी वाद्यवृंद हाताळण्यात, कोणी ठेक्यांचे आधुनिक आकृतिबंध सुचवण्यात कुशल तर एखादा स्वत:च उत्तम गायक असे हे परस्परांवलंबित्व येणाऱ्या काळातही नव्या जमान्याची उमेद ताजी ठेवील अशी आशा करूया.

**

मिले सुर

संगीत व्यासपीठाच्या विस्ताराचा मागोवा काढताना तंत्रज्ञानाच्या प्रगतीच्या आधीचा काळ आणि नंतरचा काळ अशी विभागणी करता येईल.

त्यातला नंतरचा काळ हा अति फोफावलेला आहे. माध्यमं बदलत गेली आणि त्याचबरोबर निर्मिति प्रक्रियेपासून सादरीकरणापर्यंत भारतीय संगीत आमूलाग्र बदललं. रेडिओ आणि चित्रपट संगीतानी हिंदुस्थानी मनावर गारूड घातलं, त्याचबरोबर दूरदर्शनच्या उदयापासून संगीताचं एक नवं व्यासपीठ तयार झालं.

१५ सप्टेंबर १९५९ ला दूरदर्शनचं प्रक्षेपण सुरू झालं. रेडिओ व सिनेसंगीतातले गाते गळे चेहऱ्यांनिशी रसिकांच्या परिचयाचे झाले. गाणं श्रवणीय असण्याइतकंच प्रेक्षणीय असणं गरजेचं होऊ लागलं.

दिल्ली आकाशवाणीवर कित्येक वर्षं रात्री शास्त्रीय संगीताचा दीड तासाचा अखिल भारतीय कार्यक्रम प्रसारित केला जाई. १९७५ सालापर्यंत दूरदर्शनचं प्रसारण हिंदुस्थानातील महत्त्वाच्या सात शहरांपुरतं मर्यादित होतं. १ एप्रिल १९७६ पासून रेडिओ व दूरदर्शनचे कारभार स्वतंत्र करण्यात आले. दूरदर्शनच्या प्रादेशिक वाहिन्यांसोबत हे जाळं विस्तारलं जाऊन कार्यक्रमांमध्ये स्थानिक कलाकारांचीही वर्णी लागली. अनेक गाजलेल्या, प्रेक्षकांच्या मनावर अधिराज्य गाजवलेल्या मालिकांच्या शीर्षकगीतांनाही भरभरून पसंती व दाद मिळत गेली. दूरदर्शनवरील 'छायागीत', 'चित्रहार', 'रंगोली', 'सुपरहिट मुकाबला 'हे सिनेसंगीतावर आधारित कार्यक्रम, 'गझल के साये'सारखा गझलांवर आधारित कार्यक्रम आणि लोकसंगीतावर आधारित कार्यक्रमांद्वारे विविध रुची असणाऱ्या प्रेक्षकांचे लाड पुरवायला वाहिन्या सज्ज होत गेल्या. 'हमलोग', 'बुनियाद', 'ये जो है जिंदगी', 'रामायण', 'महाभारता'सारख्या मालिकांतील शीर्षकगीतं व प्रासंगिक रचनांना प्रेक्षक चोखंदळपणे आजमावू लागले.

त्या वेळच्या पंतप्रधान यांना दूरदर्शनला स्वत:ची 'सिग्नेचर ट्यून' तीही इक्बालच्या 'सारे जहाँ से अच्छा हिंदोस्ताँ हमारा' या गीतावर आधारित असावी असं वाटत होतं. हे काम रविशंकरजींवर सोपवण्यात आलं. उस्ताद अली अहमद हुसेन खाँ यांच्याबरोबर विचारविनिमयाने पंडितजींनी 'सारे जहाँ से अच्छा'मध्ये थोडे फेरफार करून दूरदर्शनला अनोख्या 'सिग्नेचर ट्यून'ने स्वतंत्र ओळख मिळवून दिली.

शास्त्रीय संगीतातील अत्युच्च कोटीच्या कलाकारांना रूबरू भेटण्याची संधी दुर्गा जसराज यांच्या 'साधना' मालिकेने दिली. उस्ताद बिस्मिल्ला खाँ, बेगम परवीन सुलताना, पं. बालमुरली कृष्ण, पं. जसराज यांच्यावर

चित्रित झालेले भाग माझ्या अजूनही स्मरणात आहेत. दूरदर्शनमुळे गावोगावी, खेडोपाडी रसिकांना संगीत जगताचं भान आलं. मराठीतही दर्जेदार कार्यक्रमांनी संगीत माहौल बहारदार केला. सुधीर गाडगीळांनी बोलत्या केलेल्या आशाताई असोत; शंकर वैद्य, हृदयनाथ व लताबाई या त्रिकुटाचा 'शिवकल्याण राजा' असो; कुमारजी व शोभाताईंचा 'घन बरसे'; वीणा देवांनी पं. जितेंद्र अभिषेकींची घेतलेली सांगीतिक मुलाखत असो; 'स्वयंसिद्धा' किंवा 'भय इथले संपत नाही' हे लताबाईंचं शीर्षकगीत असो; सरोजिनी बाबर, शांताबाईंचं 'रानजाई' किंवा शाहीर साबळ्यांची 'महाराष्ट्राची लोकधारा' असो; दूरदर्शनने सर्व सांगीतिक प्रवाहांना एकत्र आणलं.

दूरदर्शनच्या 'लोकसेवा संचार परिषदे'ने रसिकांना दिलेल्या 'मिले सूर मेरा तुम्हारा' व 'देश राग' या संगीत मेजवानीचा उल्लेख टाळून चालणारच नाही. १५ ऑगस्ट १९८८ रोजी प्रसारित झालेल्या गीतकार पियुष पांडे व संगीतकार अशोक पत्की व लुई बँक्स यांच्या भैरवीवर आधारित रचनेने समस्त देशवासियांच्या माना समाधानाने डोलावल्या. ''सूर की नदियाँ हर दिशा से बहके सागर में मिले, बादलों का रूप लेकर बरसे हलके हलके' पं. भीमसेनजींच्या धीरगंभीर सुराने सुरुवात होऊन काश्मीर ते कन्याकुमारी प्रवास करणारा हा सूर अनेक गायकगायिकांच्या कंठांत अवतरत शेवटी लताबाईंच्या स्वर्गीय गळ्यावर स्थिरावतो. हिंदुस्थानची विविधता, शास्त्रीय संगीतासारखी अनमोल विरासत आणि गायकांच्या सहज स्वाभाविक दर्शनाने घातलेली मोहिनी आज अठ्ठावीस वर्षं झाली तरी कायम आहे. त्यानंतर १९९० साली प्रसारित झालेली, 'बजे सरगम हर तरफ से, गूँजे बनकर देश राग' ही शास्त्रीय वाद्यं, नृत्य व संगीतावर आधारलेली लोकसेवा संचार परिषदेचीच दुसरी अतिशय कलात्मक निर्मिती, उस्ताद झाकिर हुसेन, पं. रविशंकर, पं. हरिप्रसाद चौरसिया, पं. शिवकुमार शर्मा या गौरीशंकरांच्या सादरीकरणातून उमटलेली देशाच्या अखंडतेची हाक. इथंच मला अशोक पत्की व कविता कृष्णमूर्तींची 'पूरब से सूर्य उगा, फैला उजियारा' या स्त्रीशिक्षणाला पाठिंबा देणाऱ्या रचनेचीही प्रकर्षाने आठवण होत आहे.

दूरदर्शनने सामाजिक क्रांती तर केलीच पण सामान्यांच्या दैनंदिन जीवनात संगीत इतक्या बेमालूम पद्धतीने मुरवलं की रुपेरी पडद्यावरील

सजीव माणसं, निसर्गचित्रण हे सुरांशिवाय नीरस व अचेतन वाटावं. आजच्या घडीला दूरदर्शनच्या अखिल भारतीय व जवळपास प्रत्येक भाषेतील प्रादेशिक वाहिन्या कार्यरत असताना त्यांच्या जोडीने असंख्य खासगी वाहिन्यांनी (Private Channels) धुमाकूळ घातलाय म्हणायला हरकत नाही. प्रेक्षक हा आश्रयदाता असल्यामुळे समाजातील प्रत्येक स्तर, घटक, भाषा, आवडीनिवडी यांचे चोचले पुरवणाऱ्या कार्यक्रमांचा भडिमार वाहिन्यांवर अखंड सुरू आहे. दर्जाबाबतची जागरूकता व निकष, कार्यक्रमांच्या प्रसारणाने विशिष्ट वर्गावर होणाऱ्या परिणामाची गांभीर्याने व पुरेशी दखल न घेता ही वाटचाल बरेचदा शीतयुद्धाचे संकेतही देते.

संगीताच्या दुनियेत जिथं शांतता व माधुर्य यांचं राज्य अपेक्षित आहे तिथं गाण्यासाठी किंबहुना गाणं चालण्यासाठी गरजेच्या असलेल्या 'X' Factor चा गवगवा, Reality Shows मधल्या झाकल्या मुठीत दडलेल्या छुप्या गोष्टी, कलाकारांना मिळणाऱ्या अमाप प्रसिद्धी व पैशामुळे निर्माण झालेल्या सामाजिक समस्या यांचा डोळस विचार होणं गरजेचं आहे. तरीही यामुळे एकूण सांगीतिक घडामोडींचा व व्यासपीठांचा एकूण आकडा काही पटींनी वाढला गेला व जातोय हे नाकारून चालणार नाही.

याचंच धाकटं भावंड म्हणून 'जिंगल्स'चाही विषय हाताळायला हवा. जाहिरातींसाठी वापरल्या जाणाऱ्या माफक संगीतानेही बरेच टप्पे ओलांडलेले असून आजमितीला अशी एकही वस्तू अथवा सेवा नाही जी जिंगल्सशी फटकून वागायचं धाडस करेल.

चटपटीत रोजच्या शब्दांना तितकीच उडती व सहज गुणगुणता येण्यासारखी चाल - 'जब मैं छोटा बच्चा था, बडी शरारत करता था' ही बजाज बल्बची जाहिरात असो, 'दूध सी सफेदी निरमा से आये' ही निरमा वॉशिंग पावडरची जाहिरात असो, 'जरा सी हंसी दुलार जरा सा, Taste of India' ही अमुलची जाहिरात असो, सांगीतिक अपेक्षांचं संपूर्णत: नवं दालन 'जिंगल्स'ने खुलं केलं. ज्यात संगीतकार व गायकाला कालसुसंगत रचना करण्याचं सर्वांत मोठं आव्हान पेलावं लागतं.

संगीत व्यासपीठांची रोमहर्षक सफर आता 'महामायाजाल' अर्थात इंटरनेटच्या दरवाजाशी येऊन ठेपली आहे.

**

संगीताचं मायाजाल

गुरूच्या रूबरू तालमीत सुरू झालेला संगीताभ्यास आत्ममग्न साधनेच्या भट्टीत तावून सुलाखून दरबार, देवळं, जलसे, स्पर्धा, समारोह, महोत्सव अशी मजल दरमजल करत विज्ञानतंत्रज्ञान प्रगतीशी सलोखा करत ध्वनिमुद्रण, सिनेमा, रेडिओ, दूरचित्रवाणी आणि यथावकाश संगणक आणि पर्यायाने महाजालावर प्रेम करून विवाहबद्ध होत आहे. व्यासपीठांच्या शक्यतांची ही उड्डाणं 'करी डळमळ भूमंडळ' अशी स्थिती न करती तरच नवल!

हिंदुस्थानात कोलकात्याच्या इंडियन स्टॅटिस्टिकल इन्स्टिट्यूटने जेव्हा दहा लाख रुपयांना संगणक विकत घेतला तेव्हा सगळ्यांना आश्चर्याचा धक्का बसला. आताच्या पीसीच्या तुलनेत ते एक रेफ्रिजरेटरच्या आकाराचं धूड होतं. १९७२ पर्यंत हिंदुस्थानात असलेल्या संगणकांची संख्या एकशे बहात्तर होती. पुढे सत्तरच्या दशकात संगणकाचा आकार लहान होऊन नव्वदच्या दशकापासून त्याचा वापरही बऱ्याच प्रमाणात वाढला.

इंटरनेट अर्थात महाजालाचा वापर हिंदुस्थानात व्हीएसएनएलने १५ ऑगस्ट १९९५ रोजी सुरू केला. सहा महिन्यांत इंटरनेट ग्राहकांची संख्या दहा हजारपर्यंत गेली. मात्र नॅरो-बॅण्डच्या धीम्या गतीमुळे इंटरनेट लोकप्रिय झालं नव्हतं. २००४ साली सरकारच्या ब्रॉड-बॅण्ड पॉलिसीमुळे इंटरनेटचा स्पीड वाढून २००५ पासून इंटरनेटचा वापर वाढला तर २०१० पासून तो अगदी आम झाला. ऑक्टोबर २०१३ च्या रिपोर्टनुसार इंटरनेट ग्राहकांची संख्या ही दोन हजार पाच दशलक्ष इतकी होती. आजच्या घडीला स्मार्टफोनच्या सर्रास वापरामुळे या संख्येत कितीतरी पटींची वाढ आहे हे सांगणं न लगे.

तर अशा या महामायावी जालाने हिंदुस्थानातच नाही तर जगभरातल्या संगीत क्षेत्रातील व्यासपीठांच्या संकल्पनांचं मंथन करून Youtube, Facebook, Skype, Whatsapp सारखी जी रत्नं निर्माण केली त्याला तोड नाही.

संगीत रसिकांसाठी वरदान ठरलेलं यूट्यूब २०१५ साली दहा वर्षांचं झालं. काही सेकंदांत आपल्या आवडत्या गायक-गायिकेचा आवाज,

आवडता राग, गाणं याची पेशकश विनासायास पुनः पुन्हा अनुभवायची सोय यूट्यूबने केली. दूरदर्शनच्या कार्यक्रमात प्रसारित झालेलं श्रीधर फडके व सुरेश वाडकरांचं 'ओंकार स्वरूपा' मिळवण्यासाठी मी व माझ्या मित्राने केलेली पायपीट आठवून आजच्या पिढीच्या भाग्याचा हेवा वाटल्याशिवाय राहत नाही. एखादी कॅसेट किंवा सीडी मिळवण्यासाठी दुकानं धुंडाळणं किंवा कॅसेटच्या मालकाशी सूत जुळवून ती ऐकायला, पाहायला मिळवणं यासाठी केलेला आटापिटाही यूट्यूब बरोबरच इतिहासजमा झाला. आजीच्या बालपणातले जलसे आणि तेज:पुंज गाणं तर लताबाईंचं विशीतल्या आवाजाचं गारूड, केसरबाईंची दंतकथा बनून राहिलेली एखादी मैफल तर अमीरखाँ साहेबांचा अजरामर बसंत बहार; यूट्यूबने येणाऱ्या पिढ्यांसमोर ही विरासत मुक्त हस्ताने खुली केली आणि अशा ध्वनिमुद्रणांवर मोजक्यांच्या असलेल्या मक्तेदारीला चाप बसवला. कोणीही आपले (व्हिडीओ) सादरीकरण चित्रित करून यूट्यूबवर अपलोड करायच्या सुविधेने तर गाणाऱ्यांनाच काय, पण न गाणाऱ्यांनाही पंख की गळे फुटले. मिळणाऱ्या लाइक्स किंवा प्रेक्षक संख्येवरून गुणवत्तेचे प्रसंगी थोडेसे दिशाभूल करणारे आकडेही समजू लागले. यूट्यूबवरील सादरीकरणासाठी कलाकारांना मिळणाऱ्या मानधनाबाबत चित्र थोडं धूसर असलं तरी कलाकाराच्या कलेला 'न भूतो न भविष्यति' मिळणारी पोच व पसंती वादातीत आहे. अनेक म्यूझिक कंपन्यांनी यूट्यूबच्या नावाने बोटं मोडली तर कित्येकांनी आचके दिले. मात्र यूट्यूबची लोकप्रियता उत्तरोत्तर वाढतच गेली.

याचंच भावंड म्हणजे स्काइप स्वीडनचा निकालस झेन स्ट्रॉम आणि डेन्मार्कच्या जेनस फ्रिसचा हा आविष्कार. व्हिडिओ कॉन्फरन्सिंगच्या अनोख्या सुविधेमुळे संगीत अध्ययन व अध्यापन क्षेत्रात Skype ने अभूतपूर्व क्रांती घडवली. आता गुरू व शिष्याच्या भौगोलिक स्थानमर्यादेला उल्लंघून अगदी रूबरू संगीत अभ्यास करण्याची सोय यामुळे झाली.

झुकेरबर्ग या सेकंड इअर स्टुडंटने २८ ऑक्टोबर २००३ साली हार्वर्ड युनिव्हर्सिटीच्या अभ्यासक्रमा दरम्यान 'फेसमॅश' नावाचा एक प्रोग्रॅम लिहिला, यासाठी हार्वर्डच्या संगणक प्रणालीवर अतिक्रमण करून

त्यातल्या खासगी dormitory ID Images केल्या. फेसमॅश या त्याच्या धाडसी उचापतीने चार तासांत ४५० प्रेक्षक व २२ हजार फोटो पसंती मिळवली. अर्थात या आक्षेपार्ह उचापतीला हार्वर्डकडून कॉपीराइट व खासगी माहिती उघड केल्याच्या आरोपाला सामोरे जावं लागलं. बऱ्याच उलथापालथीनंतर २००८ साली हा वाद मिटवण्यात आला. २६ सप्टेंबर २००६ साली 'फेसबुक' तेरा वर्षांवरील, Email ID असणाऱ्या कोणासाठीही खुलं झालं. त्यामुळे कलाकारांना आपली जाहिरात फेसबुक द्वारे जागतिक स्तरावर करणं चुटकीसरशी साध्य झालं.

ब्रायन ॲक्ट व जॅन कोम या याहूमध्ये पूर्वी कार्यरत असणाऱ्या द्वयीने २००९ साली व्हॉटसॲपला जन्म दिला. फाइल शेअरिंग ही अत्यंत उपयुक्त सोय असलेलं व्हॉटसॲप संगीत कलाकार व रसिकांनी अक्षरश: डोक्यावर घेतलं. २०१४ च्या आकडेवारीनुसार शंभर मिलियन व्हिडिओजची 'व्हॉटसॲप' वर रोज देवाणघेवाण होते. फक्त ऑडिओ क्लिप पाठवायचीही यात सोय असल्यामुळे हवं असलेलं गाणं, ध्वनिमुद्रण पापणी लवते न लवते तोच आपल्या स्मार्टफोनमध्ये व्हॉटसॅपने आलेलं असतं. आता प्रत्येक स्मार्टफोन हे एक स्वतंत्र व्यासपीठ आहे असं म्हटल्यास अतिशयोक्ती ठरू नये.

एका क्षणात मिळणाऱ्या अफाट प्रसिद्धी, कलाकारांच्या योग्य बिदागीचा निवाडा, जगातल्या अत्यंत मागासलेल्या भागापासून प्रगत ठिकाणापर्यंतच्या सांगीतिक चळवळींची सरमिसळ, कोणत्याही विशेष मदतीशिवाय स्वस्तात मिळू शकणारी ही सुविधा यांमुळे व्यासपीठ प्रसाराला व संगीतवृद्धीला नवे आयाम प्राप्त झाले आहेत. यापुढील प्रगत टप्पा काय असेल, त्यामुळे मैफिलीतील जिवंत रसरशीत अनुभवांना आपण मुकू का, त्याचबरोबर आवाक्यात नसलेल्या संगीतशैलीचाही आस्वाद कसा घेता येईल अशा अनेक प्रश्नांना सुजाण वाचकांवर सोपवून व्यासपीठाची ही सफर संगीतकलेच्या इतर अनेक बाजूंचे आकलन करण्याच्या उद्देशाने आवरती घेते.

**

व्यासपीठ : सद्य:स्थिती आणि आकलन

अलीकडच्या काळात मैफिलीच्या ढाच्यात झालेले बदल नोंदवायचे झाले तर रात्रभर चालणारे जलसे आता सरकारी नियमांनुसार ठरावीक वेळेत आटोपते घ्यावे लागतात. एकाच कलाकाराची सबंध मैफल आयोजित करण्याऐवजी बहुतांश वेळा दोन किंवा तीन कलाकारांची मोट एकत्र बांधण्यात येते. कार्यक्रमांना प्रहर, ऋतू, थाट, घराणे, वागेयकारांना मानवंदना अशा वेगवेगळ्या संकल्पनांची जोड देण्यात येते.

गेल्या सहासात दशकांतील कलाकारांच्या परदेशभ्रमणामुळे व पाश्चात्य प्रभावामुळे पूर्ण मैफिलीचा कालावधीही आटोपशीर झाला आहे. उपमा, बटाटेवडे, कॉफी विश्रामाचाही पुनर्विचार होत आहे. मात्र ही सगळी स्थित्यंतरं किरकोळ वाटावी असे अपरिचित व कल्पनातीत संकट कोरोना विषाणूच्या रूपात अखिल मानव जातीवर ओढवलं आहे. त्यामुळे आपल्या सर्व सामाजिक अस्तित्वालाच बघताबघता वेगळं वळण लागलं आहे. एकत्र जमून संगीताचा आस्वाद घेण्याच्या परंपरेला मुकाट्याने बासनात गुंडाळून व्हर्च्युअल म्हणजे आभासी जगातील तंत्रांच्या मदतीने संगीत कलेची देवघेव होऊ लागली. केवळ व्यासपीठांच्याच नव्हे तर खुद्द संगीत सादरीकरणालाही नवे आचारविचार, संकेत प्राप्त झाले.

संगीत कलेला व्यापारीकरणाने इतकं जखडलं की, आत्मरंजन हा संगीताचा प्रधान हेतू मानणारे व सुखाची परमावधी गाठू शकणारे, रियाझ करणारे, साधनेत रत असे कलाकार दुर्मीळ झाले. जीवनात कोरोनामुळे आलेली अस्थिरता इतकी पराकोटीची आहे की या आभासी जगातील दैनंदिन हजेरी ही अटळ बाब बनली आहे. आता तर आभासी जगातील तंत्रज्ञान प्रगतीमुळे मैफल गायक, वादक व संगतकारांनी प्रत्यक्ष एकत्र असण्याची आवश्यकता संपुष्टात आली आहे. अनुष्का शंकर, अजय जोगळेकर, राशीद खान, सत्यजित तळवलकर यांसारखे सर्वच कलाकार. जगाच्या वेगवेगळ्या कोपऱ्यांतून एकत्र रीत्या मैफिली साकारू शकतात. गायक-वादकाच्या देहबोलीतील सूक्ष्म आदानप्रदानाची तसेच श्रोत्यांच्या प्रतिक्रियांची प्रक्रियाच बदलून गेली आहे. अडीचतीन तासांची संगीत मैफल ऐकतानाचं तादात्म्य राखणं हे दुर्लभ होऊन बसलं आहे. एकाच वेळी मैफिलीबरोबर इतर असंख्य व्यवधानं सांभाळावी लागत असल्यामुळे

वारंवार रसभंग होणं, चित्त एकाग्र करण्यात अडचण येणं हे स्वाभाविक झालं आहे. त्यामुळे तंद्री लागून संगीताच्या परमोच्च आनंदाची अनुभूती देणारी, ज्ञानेंद्रियांना सुखावून टाकणारी तसेच एका ठिकाणी जमून रसिक समुदायाचा अविभाज्य घटक होण्याची संधी हिरावून घेतली आहे.

अगदी दोन वर्षांपूर्वी पर्यंत एखाद्या मान्यवर संस्थेच्या माध्यमातून मैफलीची संधी मिळणं हा मानाचा विषय गणला जात होता. आजच्या घडीला ज्येष्ठ श्रेष्ठांचेपासून नवोदित ते सुमार, म्हणजे अक्षरश: कोणीही आपली मैफल घडवून आणण्याच्या (अति)प्रसंगांचं पेव फुटलेलं दिसतंय. प्रासंगिक समीक्षाही आता खुरटून गेली आहे. व्हर्च्युअल कॉन्सर्ट्सची भरमसाठ वाढलेली संख्या, त्यांत सहभागी रसिक, आणि समीक्षेतून चाळवलेल्या कुतूहलापोटी त्या मैफिलीचं ध्वनिमुद्रण ऐकणाऱ्या रसिकांची आस्था व शक्यता या सगळ्यांमुळे निर्माण झालेल्या प्रश्नांचा आढावा घेणं गरजेचं आहे. व्यासपीठांच्या उपलब्धतेतील फुगवट्याचा गुणवत्तेच्या वृद्धीवर होणारा परिणाम तपासणं इष्ट होईल.

तसंच दैनंदिन रियाझ व साधनेचाही व्यक्तिगत व्यासपीठ म्हणून विचार व्हावा का, हा मला पडलेला प्रश्न आहे.हे व्यासपीठ पूर्णत: स्वान्तसुखाय व स्वत:पुरतं मर्यादित असल्यामुळे त्याचा आलेख कलाकाराच्या समृद्धी व प्रगतीसाठी फार महत्त्वाचा ठरतो. वैभवशाली सांगीतिक परंपरेत महान कलाकारांचा रियाझ चोरून ऐकून विद्या ग्रहण केल्याच्या अनेक सुरस हकीकती आपण ऐकल्या वाचल्या असतील. अगदी कोरोना काळातल्या सामाजिक निर्बंधांतही रियाज व साधना हा एकमेव मार्ग अबाधितपणे कलाकाराचं आत्मभान, जागरूकता व प्रगतीसाठी सुलभ व सहजसाध्य असा आहे.

कोरोनाचं उच्चाटन झाल्यानंतरही व्यासपीठाचं स्वरूप कसं राहील हा निर्विवादपणे औत्सुक्याचा मुद्दा ठरावा.

**

५
काहे रोकत डगर प्यारे

यापूर्वी व्यासपीठांचा अभ्यास करताना आधी नाट्यसंगीत आणि नंतर सिनेमातील पार्श्वसंगीताने त्यातील नाट्य गडद करण्याच्या हेतूला केवळ हातभार लावला नाही तर कलात्मक परिपूर्णता देण्यासही मदत केली, हे आपण पाहिलं. संगीताचं असंच काहीसं उपयोजन हे शास्त्रीय नृत्यशैलीला, तिच्या कलात्मक उद्देशांना साध्य करण्यासाठीही कारणीभूत ठरतं. याचा थोडासा परिचय मुख्यत: कथ्थक नृत्यशैलीच्या आधारे दाखवायचा प्रयत्न करायचा आहे.

'संगीत रत्नाकरा'तील, *'गीतं वाद्यं नृत्य त्रयं संगीतमुच्यते'* या संगीताच्या व्याख्येतच गायन, वादन आणि नृत्य यांच्या परस्पर संबंधांना अधोरेखित करण्यात आलं आहे. वास्तवात गायन, वादन आणि नर्तन या तीनही स्वतंत्र कला आहेत.

'नृत्तं वाद्यानुगं प्रोक्तं वाद्यं गीतानुवर्तिच ।
अतो गीतं प्रधानत्वादत्तादावभिधीयते ॥ '

अर्थात गायनाच्या आधीन वादन व वादनाच्या आधीन नर्तन अशा तीनही कलांत गायन प्रधान स्थान भूषवतं.

कथ्थक नृत्याच्या आविष्काराचं सादरीकरण लेहरा किंवा नगमा, ठेका अर्थात तालाचे विशिष्ट आकृतिबंध आणि भावअंग प्रवाही आणि प्रभावी करणारे पूरक गायन यांच्या साथीने होतं. नृत्याचा आस्वाद घेताना अचूक पदन्यासाने तोड्या व तुकड्यांची गाठलेली सम व प्रियकरावर जान निछावर करणारी मुग्ध नायिका 'देखोरी ना माने श्याम, बीच डगर मोरी बईंया गहेरि आली' म्हणत ठुमरीतून आपल्याला प्रकर्षाने भेटते.

कथ्थकच्या सादरीकरणाची सुरुवात वंदनेने म्हणजे ईश्वरस्तुतीने होते.

'या कुन्देन्दुतुषारहारधवला या शुभ्रवस्त्रावृता
या वीणावरदण्डमण्डितकरा या श्वेतपद्मासना
या ब्रह्माच्युतशंकरप्रभृतिभिर्देवैः सदा वन्दिता
सा मां पातु सरस्वती भगवती निःशेषजाड्यापहा.' ॥

किंवा

'गोविंदम् गोकुलानंदम् गोपालं गोपिवल्लभम्
गोवर्धनोद्धारम् धीरम् त्वं वंदे गोमतीप्रियम्' ॥

यांसारखे श्लोक यमन, हंसध्वनी, भूप रागांचा भरजरी पोशाख लेवून, गायकाच्या मदतीने नर्तक भाव व माफक पदन्यासाच्या आधारे पुढच्या सादरीकरणासाठी ईश्वराचे आशीर्वाद घेतात.

रंजना फडके या प्रथितयश नृत्यांगनेबरोबर अनेक वेळा गायलेल्या महाराजजींच्या

'आंगिकम् भुवनम् यस्य वाचिकम् सर्व वाङ्मयम्
आहार्यम् चंद्र तारादि तम् नमाम्यहम् सात्त्विकम् शिवम्'

या शिववंदनेचं गारुड आजही माझ्यावर कायम आहे. क्वचित प्रसंगी या श्लोकांना एखादा तबल्यातील बोल, तिहाई, तराणा जोडून अशा मंगलाचरणाची आवाहकता गहिरी केली जाते.

नृत्याबरोबर गाताना नर्तकाच्या भावांचं योग्य आकलन करून त्याच्या गतीशी सोयरीक जुळवून श्लोकातील साहित्याचाही योग्य तोल सांभाळावा लागतो. नृत्याबरोबर स्वरसाथीसाठी आगळा ताळमेळ जमावा लागतो. गायकाच्या स्वरसाथीने नर्तकाच्या अभिव्यक्तीशी संधान बांधून रसिक प्रेक्षकाला नृत्य, नाट्य व संगीताचा एकजिनसी अनुभव द्यावा लागतो. वंदना प्रस्तुतीमुळे पारंपरिक नृत्याविष्काराची योग्य ती वातावरणनिर्मिती होते यात शंकाच नाही. सूरलयीला वश करण्यासाठी साधनेच्या पायघड्या घालूनही रंगमंचावरील निर्विवाद यशासाठी, इतर अनेक आवाक्यात नसलेल्या घटकांच्या अनुकूलतेसाठी 'वंदने'चं महत्त्व कुठलाही कलाकार अमान्य करणार नाही.

त्यापुढच्या म्हणजे नृत्त (Pure Dance) अंगाच्या प्रस्तुतीसाठी नगम्याचं अस्तित्व अनन्यसाधारण गरजेचं आहे. यात आमद, थाट, तोडे, तुकडे, परण, तिहाया, कवित्त, चक्रधार यांची रेलचेल असते.

गतनिकास किंवा गतभावापासून नर्तक कलाकार गायनाकडे पुन्हा आपला होरा वळवतो. कथ्थकमध्ये ठुमरी, भजन, होरी, झूला, गझल यांमधून भावअंग प्रकट होतं. पारंपरिक व स्वत: कलाकारांनी रचलेल्या ठुमरीमधून वीर, भक्ती, विरह, शृंगार इत्यादी नवरस किंवा खंडिता, अभिसारिका, वासकसज्जा आदी अष्टनायिका यांची अदाकारी होते तेव्हा प्रेक्षकांची नजर नर्तकावर खिळून राहते.

ठुमरी आणि नृत्याचा संबंध फार जुना आहे. बिंदादीन महाराजांनी जवळपास पाच हजार रचना केल्या ज्या बहुतेक अवधी किंवा ब्रजभाषेत होत्या. त्यांतील मोजक्या रचनांची स्वरलिपी देणारे 'रसगुंजन' हे पुस्तक पं. बिरजू महाराज यांच्या प्रयत्नांमुळे साकार झालं.

गायनाच्या मैफिलीत पेश होणारी ठुमरी आणि कथ्थकसाठी गायली जाणारी ठुमरी यांत थोडंफार अंतर असतं. नर्तक दाखवत असलेला संचारी भाव उठून दिसण्यासाठी एखादी ओळ अथवा स्वरवाक्याची पुनरावृत्ती होणं आवश्यक असतं. बोलआलापी करतानाही नर्तकाचा बंदिशीशी असलेला संदर्भ ढिला पडू न देणं ही गायकाची जबाबदारी असते. नवोदित नर्तकांना तर गायनातून अभिनयाच्या जागा मिळवून देण्याचं कामही क्वचित पार पाडावं लागतं.

मला आठवतं, मी नुकतीच कथ्थक नृत्याबरोबर स्वरसाथ करायला लागल्यानंतर बुजुर्ग कलाकार सुनयना हजारीलाल यांच्याबरोबर स्वरसाथ करण्याचा प्रसंग आला. बंदिशीची 'सबदिन होत न एक समान' ही एकच ओळ त्यांचा अभिनय सुरू असेपर्यंत वेगवेगळ्या तऱ्हेने खुलवायची होती. पुनरावृत्ती टाळून, अभिनयाला समर्पक आणि तरीही नावीन्य ठेवत गायचा तो बाका प्रसंग मला बरंच काही शिकवून गेला हे नक्की. तर सरताज अवलिया पंडित बिरजू महाराजजींबरोबर स्वरसाथ करते वेळी, 'तेरी मेहफिल में किस अंदाज से बैठा दिवाना, जुबाँ खामोश है लेकिन नजर कहती है अफसाना' हा किरवाणीत बांधलेला शेर त्यांच्या अदाकारीमुळे गायकीच्या नवनवीन वाटा दाखवून गेला.

आजच्या घडीला पारंपरिक कथ्थकमध्येही नवे प्रयोग होताना दिसतात. परंपरा व पश्चिमी संगीताचा मिलाफ फ्यूजन, कालसुसंगत ठुमरीचे विषय फक्त सुरावटीतून किंवा तराण्यातून उलगडलेले आकृतिबंध, कोरियोग्राफी यांच्या बरोबरीची स्वरसाथ गायकासाठीही एक रोमांचकारी अनुभव ठरतो.

**

६
सांकेतिक रसास्वाद

संगीताच्या दुनियेत, विशेषत: अभिजात किंवा शास्त्रीय संगीतात, काही अलिखित संकेतांनी त्यातील संगीत व्यवहारांचं आकलन व्हायला बरीच मदत होते.

संगीत महोत्सवात किंवा समारोहात नवोदित कलाकारापासून कार्यक्रमाला सुरुवात होते. हा नवोदित कलाकार स्वत:च्याच नव्हे तर उपस्थित श्रोत्यांमधील सर्व गुरुजनांचे आशीर्वाद व परवानगी घेऊन आपल्या सादरीकरणाला सुरुवात करतो. कलाकाराची स्वतंत्र शैली निर्माण होईपर्यंत त्याच्या सादरीकरणातील 'चांगलं ते गुरूचं आणि कमअस्सल ते स्वत:चं' असं जाहीर म्हणण्याचा प्रघात हाही एकप्रकारे मिळालेल्या तालमीचा आब व तालीम दिलेल्या गुरूशी इमान राखायचा संकेतच म्हणायला हवा. सादरीकरणाच्या दरम्यान इतर कलाकार, गुरुजन यांचं आगमन झाल्यास त्यांची योग्य ती घेतली गेलेली दखल, त्यांना मानाच्या जागी बसवायचे संकेत त्या व्यक्तींच्या कलाक्षेत्रातील अधिकाराचं द्योतक असतं.

कलाविष्कारात समावेश करण्यात आलेल्या बंदिशींच्या (compositions) रचनाकारांचा उचित उल्लेखही एक लोकप्रिय संकेत आहे. पूर्वीच्या काळी विशेषत: recording ध्वनिमुद्रणाचं तंत्र विकसित नसताना व घराण्यांच्या कक्षा काटेकोरपणे पाळल्या जात असताना, त्याच घराण्यातील इतर रचनाकारांचा उल्लेख ही आम व स्वाभाविक गोष्ट होती. मात्र एकाहून अधिक घराणी, शैली किंवा गुरुजनांकडून विद्या ग्रहण केल्यावर कलाकाराने बैठकीत आपण सादर करत असलेल्या बंदिशीच्या

रचयित्याचा केलेला उल्लेख त्याच्या उमदेपणाची, रचनाकाराच्या वादातीत कौशल्याची साक्ष म्हटली पाहिजे. तसंच स्वत:च्या गुरूव्यतिरिक्त बुजुर्ग कलाकारांना तानपुऱ्यावर केलेली स्वरसाथ हाही एक अर्थपूर्ण संकेत आहे. गवई किंवा साथीदार कलाकारांनी वाद्यांसकट परगावी प्रवास करणं हे जिकिरीचंच असतं. वाद्यं सोबत नेली नसल्यास किंवा वातावरणातील फरकामुळे वाद्यं नादुरुस्त झाल्यास त्या गावच्या सहकलाकारांनी स्वत:ची उत्तम वाद्यं बैठकीसाठी विनासंदेह देऊ करणं, हाही एक संकेत बहुतांश वेळा पाहण्यास येतो.

मैफिलीत सर्वांत शेवटी कला सादर करण्याचा बुजुर्गांचा अधिकार हा तर सर्वमान्य संकेत, नव्हे, जणू दंडकच. वयोवृद्धीबरोबरच साधनेची खोली, मैफिलीतील सादरीकरणाच्या अनुभवांची व्याप्ती, संगीत सागराच्या विस्मयकारक अचाट दर्शनामुळे व्यापक झालेलं आकलन, वयोमानापरत्वे आलेल्या शारीरिक अडचणींवर योजलेले मार्ग व त्यातूनही साधलेली किमया या सर्वांमुळे बैठकीची सांगता बुजुर्गांच्या गाण्याबजावण्यामुळे न होती तरच नवल!

मैफिली म्हटल्या की कलाकार, सादरीकरण याशिवाय जान आणणारा तिसरा घटक म्हणजे रसिक श्रोता व त्याने दिलेली दाद! पाश्चात्त्य संगीत सादरीकरणात बोलून, मान डोलावून, हात उंचावून सहश्रोत्यांबरोबर अर्थपूर्ण नजरानजरेने 'वाहवा' म्हणून उत्स्फूर्त दाद देण्याचा प्रघात नाही. ज्येष्ठ संगीततज्ज्ञ अशोक रानडे यांच्या मते 'सादर केलेल्या कलेचे ग्रहण करणाऱ्याने आपली पसंती जाहीरपणे, तत्काळ आणि संमत मार्गाने व्यक्त करावी म्हणून 'वाहवा(ह)'ची प्रथा पडली.'

योग्य जागी दिलेल्या या 'वाहवा'ने कलाकाराचा हुरूप वाढतो. मैफिलीचा उत्कर्षबिंदू गाठायला मदत होते, तर चुकीच्या ठिकाणी 'वाहवा' दिल्याने रसभंग होतो. एकदा मैफिलीत गाणं चालू असताना एक रसिक उठून तावातावाने काहीतरी शोधल्याचा आविर्भाव करू लागला. आजूबाजूच्या रसिकांनी विचारल्यावर म्हणाला, 'यांचं गाणं कोणी ठेवलं? त्या महाशयांना मी शोधतोय.' यातील खोच लक्षात घेता व अशी दाद देण्याचा, मिळण्याचा प्रसंग विरळा असं मानलं तरी 'वाहवा'च्या संकेताचं महत्त्व लक्षात येतं, तर सुमार दर्जाच्या कलाकारालाही मिळणाऱ्या या

‘वाहवा’मुळे आपले सर्वांत चांगले प्रयत्न रंगमंचावर मांडावेत असाही एक सुप्त हेतू या संकेतात असू शकतो.

या आणि अशा कितीतरी अलिखित संकेतांनी संगीताच्या अद्‌भुत जगाची रंगत वाढवली आहे यात शंकाच नाही.

**

७
फिडलर ऑन द रूफ

शास्त्रीय कंठ्य संगीताला आजमितीला संवादिनी व तबला यांच्या महिरपीत किंबहुना यांच्या साथीने आपली करामत दाखवावी लागते. मात्र संवादिनीच्या आधी सारंगी किंवा व्हायोलीन ही वाद्यं गायक साथीसाठी घेत असत. परंतु तरीही सारंगी व व्हायोलीनच्या खडतर साधनेमुळे त्यांत पारंगत वादक कलाकारांची संख्या रोडावलेलीच दिसते. अर्थात या वाद्यांच्या फक्त संगतीसाठी नव्हे तर परिपूर्ण एकल वादनासाठी असलेल्या अपार क्षमता पं. रामनारायण, पं. गजाननबुवा जोशी, पं. व्ही. जी. जोग, पं. डी. के. दातार, पं. श्रीधर पार्सेकर, विदुषी एन. राजम आदी वादकांनी आपल्यासमोर समर्थपणे उलगडल्या आहेत. याच मांदियाळीत पुढेमागे नक्की जोडलं जाईल असं नाव म्हणजे व्हायोलीन वादक मिलिंद रायकर.

'व्हायोलीन' लाकडी तंतुवाद्य, ज्याला लोकसंगीतात प्रेमाने 'फिडल' असंही संबोधण्यात येतं. अशा या व्हायोलीनचा जन्म सोळाव्या शतकात इटलीत झाला, ज्यात व्हायोलीनला पूर्वार्धात तीन तारा असत. यात अठराव्या व एकोणिसाव्या शतकांतील काही सुधारणांनंतर आजचं प्रचलित व्हायोलीन तयार झालं. पाश्चात्त्य शास्त्रीय संगीत व लोकसंगीताने व्हायोलीनचं खुल्या दिलाने स्वागत केलं. फक्त युरोपातच नव्हे तर ब्रिटिशांमार्फत ते हिंदुस्थानात येऊन डेरेदाखल झालं.

कर्नाटक व उत्तर हिंदुस्थानी संगीतानेही व्हायोलीनला मायेने जवळ केलं. त्यामुळे व्हायोलीन या वाद्यावर पाश्चात्त्य, कर्नाटक व उत्तर हिंदुस्थानी या तीनही संगीतांचा मिलाफ आणि त्यांचे वेगळेपण अनुभवता येतं. पं. गजाननबुवा जोशी या अवलियाने गाण्याइतकीच हुकमत व्हायोलीन या

वाद्यावर मिळवली होती आणि तीही व्हायोलीनच्या तांत्रिक बाबींसाठी कुठल्याही गुरू किंवा मार्गदर्शकाचा आधार न घेता. त्यांनी प्रशस्त केलेल्या व्हायोलीनच्या हमरस्त्यावर मार्गक्रमण करणारे मिलिंद रायकर हे एकमेव शिलेदार नसले तरीही काही मोजक्याच दर्जेदार व्हायोलीन वादकांपैकी ते एक होत.

गोव्याच्या मातीचा आणि घरातल्या संगीतमय वातावरणाचा असर मिलिंदजींमध्ये वयाच्या पाचव्या वर्षापासून दिसू लागला. वडील अच्युत रायकर हे स्वत: मडगाव येथे गायक, हार्मोनियम वादक व पेशाने संगीत आणि हिंदीचे शिक्षक होते. तर आईही नाटकं बसवून त्यात स्वत: भूमिकाही करत असे. सुरुवातीला आपल्याच ज्येष्ठ भावाकडे गिटार शिकणाऱ्या मिलिंदजींना ज्यात मींड आहे आणि ज्यावर गाणं सहीसही ठरू शकतं असं वाद्य निवडायचा सल्ला वडिलांनी दिला. हा सल्ला शिरोधार्य मानून मिलिंदजींनी व्हायोलीनची निवड केली.

सुरुवातीला व्हायोलीनवर पाश्चात्य संगीताचा अभ्यास प्रो. डी. कोस्टा यांच्या मार्गदर्शनाखाली सुरू केला व नंतर हिंदुस्थानी शास्त्रीय संगीताचं मार्गदर्शन वडील अच्युत रायकर, धारवाडचे पं. बी. एस. मठ, गोव्याचे पं. वसंतराव कडणेकर यांच्याकडून प्राप्त केलं. मात्र त्यांच्या वादनावर गुरू पद्मश्री पं. डी. के. दातार यांच्या सांगीतिक भूमिकेचा पगडा असल्याचे मिलिंदजी गौरवाने सांगतात. पं. डी. के. दातार हे डी. व्ही. पलुस्करांना संगत करत. त्यांनी बडे गुलाम अली खाँ साहेब, अमीर खाँ साहेब, रविशंकर यांच्या गायकी व वादन शैलींना एकवटून पण गायकी अंगाने जाणारी अशी स्वत:ची स्वतंत्र शैली निर्माण केली. दरम्यान वादनात आत्यंतिक सुरेलपणाची कास धरत त्यांचे वडील मिलिंदजींकडून आठ तास मेहनत करवून घेत. याच सुरेलपणाचा थेट परिणाम म्हणजे गानसरस्वती किशोरी आमोणकरबाईंनी मिलिंदजींना केवळ संगीतासाठीच नव्हे तर स्वत:च्या गायकीतलं सौंदर्य व्हायोलीनमध्ये आणण्यासाठी दिलेलं अमूल्य मार्गदर्शन असल्याचं रायकर कृतज्ञतेने सांगतात. किशोरीताईंना मिलिंद रायकर यांनी मैफिलीमध्ये गेली अनेक वर्षं साथ केली आहे.

व्हायोलीनचा हिंदी चित्रपटगीतांमध्ये करुण रसाच्या आविष्कारासाठी अधिकाधिक वापर केला गेला तरी व्हायोलीन हे चैतन्यदायी वाद्य अतिशय उत्फुल्लपणे भक्ती, शृंगार, वीर आदी समस्त रसांची अनुभूती

देण्यासाठी सक्षम असल्याचं मिलिंदजींच्या वादनातून प्रतीत होतं. माधुर्य, लालित्य, मींडकाम व अविरत टिकणारी आस आणि गळ्यांच्या अंगाने केलेली बढत अंगावर रोमांच आणते. गिटार व व्हायोलीन यांवर प्रथम वेस्टर्न क्लासिकल संगीत आत्मसात केल्यामुळे वाद्यातील तांत्रिक सफाई येते असं ते मानतात. मात्र रागाची उकल करताना व विशेषत: गायकाच्या शैलीबरहुकूम वाजवताना व्हायोलीनवर बोटं ठेवण्याच्या मांडणीपासून गज हाताळणीपर्यंत सर्व काही वेगळ्या पद्धतीने करावं लागतं. मिलिंदजी त्यांचे समकालीन संगीता शंकर, कला रामनाथ, कैलाश पात्रा, मानसकुमार, रतीश तांगडे आदी वादकांचाही उल्लेख करत व्हायोलीनचं भविष्य उज्वल असल्याचं मानतात.

याच वाटेवरचं महत्त्वाचं पाऊल म्हणजे रायकर व्हायोलीन ॲकेडमी, जिथं मिलिंद रायकर आपला मुलगा यज्ञेश याच्या सोबतच इतर अनेक गुणी कलाकार घडवत आहेत. मिलिंदजींनी उस्ताद अमजाद अली खाँ, गझल नवाज अनुप जलोटा, रेमो फर्नांडिस अशा अनेकांना साथ केलेली आहे. शास्त्रीय वादनातील आलाप जोड झाला हा विशिष्ट क्रम मिलिंदजी थोडासा मुरडून विलंबित ख्याल व बंदिश, तराणा गायकी शैलीला पूरक असा ठेवतात. मिलिंद रायकर यांना आकाशवाणीचं १९८९ मधील सुवर्णपदक, १९९१चे 'सुरमणी', २००५ मध्ये इंद्रधनूतर्फे 'युवोन्मेष पुरस्कार', २०१६ मध्ये 'स्पंदन'तर्फे दिला जाणारा पुरस्कार असे सन्मान मिळाले आहेत. संगत व एकल वादन या दोन्हींमध्ये मिलिंद रायकर येणाऱ्या काळात आपल्या वादनाची दमदार छाप सोडतील ही खात्री ठेवून सर्व रसिकांतर्फे त्यांना असंख्य शुभेच्छा देते.

**

८
द्विगुणित

संगीत व्यवहारात अनेक प्रवाह म्हणजे जनसंगीत, लोकसंगीत, कलासंगीत गुण्यागोविंदाने नांदतात याचं प्रमुख कारण या जगताची बांधिलकी ही फक्त आणि फक्त सूर तालाशी निगडित असते. कसदार सूर आणि अचूक लय जमली की नादब्रह्माचा जो समा बांधला जातो तो बहार आणतो. लावणीत ढोलकीवरची थाप असो की लताबाईंच्या आवाजाआधीची सारंगी किंवा पं. सुरेश तळवलकरजींनी धरलेलं आसदार आवर्तन असो, मुख्य कलाकाराबरोबरच ही मदार ज्याच्या खांद्यावर असते ते सहकलाकार, साथीदार यांचं योगदान अमूल्य आणि केव्हाही न विसरता येण्याजोगं आहे. याच साथसंगतीमधलं एक सुरेल समीकरण म्हणजे सीमा व विश्वनाथ शिरोडकर हे होत.

लहान वयापासून सीमा मेस्त्री यांचं हार्मोनियमचं शिक्षण उमेश इन्सुलकर यांच्याकडे सुरू झालं. त्यानंतर पद्मश्री पं. तुळशीदास बोरकर यांच्याकडून त्यांनी प्रदीर्घ तालीम घेतली. तसेच दिवंगत पं. विश्वनाथ पेंढारकर यांच्याकडून त्यांनी हार्मोनियम वादनातील खाचाखोचा शिकून घेतल्या. आजपर्यंत केवळ स्त्री-संवादिनीपटू म्हणूनच नव्हे तर समस्त हार्मोनियम कलाकारांमध्ये सीमाताईंचं संगतकार व सोलो आर्टिस्ट म्हणून कमावलेलं स्थान सहजसाध्य नाही! यामध्ये अविरत चाललेला रियाझ, निरनिराळ्या कलाकारांच्या गायकीचा अभ्यास व त्यावरील चिंतनातून उमजलेली नजाकतपूर्ण तितकीच शास्त्रीय बैठक असलेली शैली यांचा समावेश होतो.

विश्वनाथ शिरोडकर हे अभियांत्रिकीमधील स्नातक असून वयाच्या

आठव्या वर्षांपासून विक्रोळीतील सूर्यकांत नाईक यांच्याकडून त्यांनी तबला शिक्षणाचा आरंभ केला. केंद्र सरकारची तबल्यातील शिष्यवृत्ती मिळाल्यानंतर पं. विभव नागेशकर यांच्याकडून तब्बल बारा वर्षं तालीम घेतली. दरम्यान, विभवजींचेच गुरुबंधू व ज्येष्ठ तबलावादक पं. सुरेश तळवलकरांच्या तबल्यातील चिंतन व विचारांनी प्रभावित होऊन पाच वर्षं त्यांच्याकडे तालीम घेतली. अगदी अलीकडे पं. नयन घोष यांच्याकडून दोन वर्षं तबल्याचे भीष्माचार्य पं. थिरकवा खाँसाहेबांच्या बंदिशी आत्मसात केल्या, शिवाय नादरत गायकाला स्थिर करून रागाची कलाकुसर करण्यासाठी वाव देणाऱ्या पं. ओंकार गुलवाडी यांच्या ठेक्याचाही प्रभाव आपल्यावर पडल्याचं विश्वनाथजी आवर्जून सांगतात.

आपली बहीण वंदना शिरोडकर कट्टी आणि अश्विनी भिडे-देशपांडे यांच्याबरोबर नियमित केलेल्या रियाजामुळे त्यांच्या गायनशैलीशी एकरूप होता आलं. अश्विनीताईंच्या कित्येक अविस्मरणीय मैफिलीतला सीमा-विश्वनाथ यांचा सहभाग प्रत्येक आवर्तनागणिक फुलत जाणाऱ्या चैतन्या-सारखा भारलेला असतो.

केवळ तीनतालाच्या सोळा मात्रा देणं किंवा गाळलेल्या जागा भरणं यापेक्षा अनोखा असा हा संवाद प्रत्यक्ष अनुभवायचीच गोष्ट आहे. गायकावर कुरघोडी करण्यापेक्षा एखाद्या बंदिशीच्या मुखड्याच्या उठावापर्यंत अचूक व गायकीशी दुवा साधणारं असं भरतकाम करणं हा या द्वयीचा हातखंडा आहे.

'विक्रोळी संगीत सभा' या संस्थेच्या निमित्ताने घडणाऱ्या भेटीचं रूपांतर क्रमश: अनौपचारिक ओळखीपासून मैत्रीत, कलाउपासनेतील सहाध्यायी व पुढे १९९२ साली सहजीवनात परिवर्तित झालं आणि सीमाताईंचं विश्व अविरत संगीत साधनेत मग्न झालं. गेली अनेक वर्षे एकल कलाकार संगतकार व गुरू म्हणून दोघांनीही आपली मोहोर उमटवली आहे यात शंकाच नाही. आरती अंकलीकर, गानसरस्वती किशोरीताई, उस्ताद राशीद खान, अश्विनी भिडे-देशपांडे, वीणा सहस्रबुद्धे, श्रुती सडोलीकर, पं. सी. आर. व्यास, पं. राजन-साजन मिश्रा, जयतीर्थ मेवुंडी अशा असंख्य रथी-महारथींना सीमा-विश्वनाथ यांनी संगत करून त्यांच्या मैफिलीची खुमारी वाढवली आहे.

संगतकार म्हणून बाराही पट्ट्यांमध्ये लीलया फिरणारा हात, गायकाने

सोडलेल्या छोट्या अवकाशात राग व गायकीला अनुरूप व लक्षणीय भराव तर अक्षराच्या निकासापासून वाजवल्या जाणाऱ्या सुसंबद्ध रचना (मॅटर), आसदार, सुरेल ठेका, गायक, वादकाच्या बरोबर झुंजणारे नव्हे तर रंगणारे सवाल-जबाब या सर्व गोष्टींचा विचार बारकाईने मांडणारे सीमा-विश्वनाथ हे मोजक्या उत्कृष्ट कलाकारांपैकी एक होत. संगतकाराइतकीच दोघांची गुरू म्हणून कारकीर्दही वाखाणण्याजोगी आहे. गेली बावीस वर्षं अत्यंत तळमळीने दोघेही आपल्या शिष्यांना भरभरून विद्यादान करीत आहेत. अटी मात्र दोन-खणखणीत मेरिट, रियाझातलं सातत्य. सीमाताईंचे सुधांशू घारपुरे, अभिषेक काठे, आलाप नायगावकर तर विश्वनाथजींचे चिंतामणी वारणकर, गंधार जोग आदी शिष्य मैफिलीतून नावारूपाला येत आहेत.

विश्वनाथजी स्वत: उत्तम गातात व तबल्यासारखा जटिल विषय सोप्या रंजक पद्धतीने विशद करतात तर सीमाताईंचा हात संवादिनीइतकाच कॅनव्हासवरही खुबसुरतीने चालतो. 'गांधर्व महाविद्यालया'तर्फे उत्कृष्ट संगतकार म्हणून विश्वनाथ यांना तर इंदौरचा 'बंडूभैया चौगुले पुरस्कार', गानवर्धन, पुणेतर्फे देण्यात आलेला 'अप्पा जळगावकर संवादिनी पुरस्कार, म्युझिक फोरमतर्फे दिलेला 'Insync साथसंगत प्रवीण पुरस्कार' अशा सन्मानांनी सीमाताईंना गौरवण्यात आलं आहे.

उत्तम संगतकार होण्यासाठी संवादिनी वादकाला मुख्य कलाकाराच्या शैलीशी एकरूप होता येणं, पठडीतला असो वा अनवट, रागाचं नेमकं चलन धरून बढत करणं, शास्त्रीय उपशास्त्रीय बाजानुरूप वादन हे मर्म सीमाताई सांगतात तर तबल्याच्या भविष्याबाबत आश्वस्त असतानाच गाणं कसं ऐकावं, ग्रहण केलेल्या ज्ञानातलं काय सोलो वादनासाठी तर काय वाद्याच्या साथीसाठी व काय गाण्याच्या साथीसाठी मांडावं याचा विचार तर मुळात कधी वाजवावं व कधी वाजवू नये याचं भान तबला संगतकाराला आवश्यक असल्याचं विश्वनाथजी सांगतात.

या दोघांनाही त्यांच्या पुढील वाटचालीसाठी शुभेच्छा देऊन श्रोत्यांना अनेक मैफिलींचा नजराणा भविष्यात त्यांच्याकडून मिळेल या अपेक्षेसह इथंच आपली रजा घेते.

**

९
तुमको देखा तो
ये खयाल आया....

गझलेतील अभिजाततेला धक्का न लागता गझल लोकाभिमुख करण्याची करामत जगजित सिंग यांनी केली. ते काळाच्या पडद्याआड गेल्यानंतरही त्यांच्या गझला रसिकांच्या मनावर अधिराज्य गाजवत आहेत. रसिक मनाला भुरळ घालणारा त्यांचा धीरगंभीर, परंतु रेशमी आवाज कायम साद घालत राहील.

'मुँह की बात सुने हर कोई
दिल के दर्द को जाने कौन?'

'प्रेमात बुडले', 'प्रेमात स्वर्ग दोन बोटं उरला' असं म्हणतानाच प्रेमातल्या गहिऱ्या भावनांना सोबत करते ती गझल. हा अनुभव घेताना मला सर्वांत सुखद आणि गहिरी जखम झाली ती जगजित सिंग या गझल नवाजाची. जगजितजींच्या 'Love is blind', 'Insight', 'Insearch', 'Face to Face' अशा चार कॅसेट्सच्या भेटीने अनोखं विश्व उभं केलं. तत्पूर्वी शास्त्रीय व भावसंगीतावर पोसलेल्या पिंडाला किशोरीताई, पं. भीमसेन जोशी, पं. प्रभा अत्रे आणि लताबाई, आशाबाई यांचीच मोहिनी होती. त्या कॅसेट्स ऐकतानाचा सुरुवातीचा माझा दृष्टिकोन काहीसा बेफिकिरीचा होता. मात्र जसजशी गझल तिचा एकेक पदर उलगडू लागली तसतसं अनुभवाचं एक मोठ्ठं भांडार माझ्यापुढे उघडलं गेलं. माझ्याच कित्येक भावनांना यथार्थपणे जगजितजी आपल्या गझलशैलीत सजवून मजा आणत होते. मग काय जगजित सिंग ऐकायचा सपाटाच लावला! गझल प्रांतात गुलाम अली, बेगम अख्तर, मधुराणी, मेहंदी हसन, मोहमद

व अहमद हुसेन, भूपेंद्र सिंग, अनुप जलोटा, हरिहरन, लताबाई, आशाबाई ही मी ऐकलेल्या दिग्गजांची नामावली आहे. पण आज मी बोलणार आहे माझं भावविश्व बोलकं करणाऱ्या एकमेवाद्वितीय जगजित सिंग यांच्या गझलेविषयी, त्यांची एक निस्सीम चाहती म्हणून.

८ फेब्रुवारी १९४१ रोजी जन्मलेल्या जगमोहन ऊर्फ जगजित सिंग यांनी जालंधर येथून कलाशाखेत पदवी ग्रहण केली. तिथेच ऑल इंडिया रेडिओसाठी संगीत दिग्दर्शन व गायनाचे छोटे कार्यक्रम १९६१ पासून सुरू केले. हरयाणामधील कुरुक्षेत्र युनिव्हर्सिटीतून इतिहास विषयात स्नातकोत्तर पदवी घेऊन संगीतात कार्य करण्यासाठी त्यांनी मुंबई गाठली. १९७६ साली पत्नी चित्रा सिंगबरोबर गायलेला 'The Unforgettable हा पहिला गझल अल्बम प्रसिद्ध झाला. त्याला मिळालेल्या अभूतपूर्व यशाबरोबरच त्यांनी मागे वळून पाहिलं नाही. जगजितजींनी शास्त्रीय संगीताची तालीम प्रथम पं. चंगालाल शर्मा व नंतर सेनिया घराण्याचे उस्ताद जमाल खान यांच्याकडून प्राप्त केली.

जगजितजींनी पारंपरिक गझल गायकीची मळलेली वाट सोडून सातत्याने नवनवीन प्रयोगांनिशी गझल पेश करताना अंतर्भूत केलेल्या हिंदुस्थानी व पाश्चात्य वाद्यांमुळे, गायकीच्या नवीन शैलीमुळे व सर्वांत मुख्य म्हणजे उर्दूमिश्रित हिंदीतील उत्कृष्ट काव्यनिवडीमुळे गझलला आधुनिक चेहरा मिळवून दिला. त्यांचा निकोप, भरीव, मेहनतीने कमावलेला आणि शब्दांतील भावनांना सार्थ प्रकट करणारा आवाज गझलच्या वातावरण निर्मितीला अत्यंत पोषक ठरतो. गझलला शास्त्रीय संगीताची बैठक देऊनही इतर गायकांप्रमाणे जगजित सिंग गरजेपेक्षा अधिक हरकती, मुरक्या घेत किंवा गळा फिरतोय म्हणून तानांचा भडिमार करत किंवा दमसास उत्तम आहे म्हणून एकच स्वर अतिरेकीपणे लांबवून गझलच्या मूळ प्रकृतीला इजा पोचवत नसत. त्यांच्या चाली अतिशय सहजसुंदर व गझलच्या भावनेशी इमान राखणाऱ्या आहेत. बऱ्याचदा चालींवर एकसुरीपणाचा आरोप होत असला तरी गायन शैलीतली आर्तता आणि श्रोत्यांपर्यंत पोचत असलेले काव्याचे अन्वयार्थ या आरोपाला धुडकावूनच लावतात.

'प्राप्तेषु षोडशे वर्षे' प्रत्येक माणसाला प्रेमाची अनुभूती यायला लागते. अनेक भिन्न प्रवृत्तींच्या माणसांनादेखील कुठल्या ना कुठल्या स्वरूपात

प्रेमाचा साक्षात्कार होतो. त्या हळुवार स्थितीला जगजितजीही तशाच नजाकतीने हाताळतात.

'अपने होठोपे सजाना चाहता हूँ'
आ तुझे मैं गुनगुनाना चाहता हूँ ।
थक गया मैं करते करते याद तुझको
अब तुझे मैं याद आना चाहता हूँ ॥'

प्रेमात नुसती वासना नसून इतर बरंच काही असल्याचा हा इजहारही तितकाच समर्पक.

'प्यार का पहला खत लिखने में वक्त तो लगता है,
नये परिंदो को उडने में वक्त तो लगता है ।
जिस्म की बात नहीं थी । उनके दिल तक जाना था ।
लंबी दूरी तय करने में वक्त तो लगता है ॥'

या सगळ्या प्रवासात व्हायोलीन, सतार, संतूर, गिटार, बासरी, हार्मोनियम, कीबोर्ड असूनही त्यांचा गलका व गोंगाट नसतो. कित्येक वेळा आपल्याला खूप काही सांगायचंय, पण समोरचा समजून घेण्यात अयशस्वी होतो तेव्हाची 'माझे अबोलणंही विपरीत होत आहे' ही स्थिती जगजितजी सहज गाती करतात.

'बेबसी जुर्म है हौसला जुर्म है जिंदगी तेरी
हर इक अदा जुर्म है ।
ए सनम तेरे बारे में कुछ सोचकर
अपने बारे में कुछ सोचना जुर्म है ।'

कलानिर्मिती मनाला आनंद देण्याइतकीच जीवनमूल्यांची पडझड रोखून विश्वशांतीच्या हेतूने प्रेरित होते तेव्हा शायर निदा फाजली यांचे दोहे जगजितजी गातात.

'गरज बरस प्यासी धरतीपर फिर पानी दे मौला
चिडियों को दाने बच्चों को गुडधानी दे मौला...'

अशा शेकडो गझला ऐकून आपण भान हरपतो. निदा फाजली, सुदर्शन फाकिर, गुलजार, खलील धन तेजवी, गालिब, अटलबिहारी वाजपेयी, नंदलाल पाठक, मुजफ्फर वारसी, जाकिर तालीब, अशा अनेक शायरांचं अर्थपूर्ण काव्य गझलच्या माध्यमातून आपल्यापर्यंत पोचवायचं श्रेयही पुन्हा जगजित सिंग यांनाच जातं. गझल व सिनेसंगीत गायक व

संगीत दिग्दर्शक या विविध भूमिका उत्तम पद्धतीने हाताळणाऱ्या गझल गायनाची प्रभावी व स्वतंत्र शैली निर्माण केलेल्या जगजित सिंग यांना भारत सरकारने २००३ मध्ये पद्मभूषण देऊन यथोचित गौरवलं. शेवटपर्यंत कार्यरत असलेल्या जगजितजींनी १० ऑक्टोबर २०११ रोजी ध्यानीमनी नसताना घेतलेली एक्झिट जगभरातल्या गझलप्रेमींना आजही चटका लावून जाते. गझल गायनप्रकाराला त्यांनी प्राप्त करून दिलेला दिमाख व वैभव आपल्यासोबत कायम राहील हा दिलासा.

'मुझमें जो कुछ अच्छा है, सब उसका है; मेरा जितना चर्चा है सब उसका है ।'

**

१०
दोन घडीचा डाव...

संगीतातल्या गतवैभवाची साक्ष त्या त्या वेळच्या न पाहिलेल्या व प्रत्यक्ष न ऐकलेल्या गायक-गायिकांच्या सुरांतून होणं हे निर्विवादपणे आनंददायी असतं. मात्र त्या कलाविष्कारांच्या मागची पार्श्वभूमी, कलाकाराची मनोवस्था, कलाविष्काराच्या परिपूर्णतेमागे कारणी लागलेले गुरुजनांचे अथवा हितचिंतकांचे दुर्लक्षित श्रम यांचीही मजा घ्यायचा खात्रीशीर पर्याय म्हणून संगीतावरील साहित्याचीच निवड करावी लागेल. संगीतावरील साहित्यात चरित्रं व आत्मचरित्रं, समीक्षा, रसास्वादपर लिखाण, ललित वाङ्मय, संगीतशास्त्राचा ऊहापोह करणारे ग्रंथ, सांगीतिक रचनांना स्वरलिपीबद्ध करणारे बंदिशींचे संग्रह आदी सर्वांचा परामर्ष घ्यावा लागतो.

काळाच्या उदरात गडप झालेली ही गवय्यांची विरासत लेखणीतून जेव्हा जिवंत होते तेव्हा त्या काळचा माहौल अनुभवताना रोमांच उभे राहतात. तंत्रज्ञानाच्या विकासापासून काही बुजुर्ग कलाकारांचे सूर ऐकणं थोड्याबहुत प्रमाणात शक्य झालं असलं तरी अशी 'शितावरून भाताची परीक्षा' करताना या कलाकारांशी जवळीक न साधता आल्याने रसिक, दर्दी, विद्यार्थी, मर्मज्ञ नक्कीच हळहळतात.

येणाऱ्या पिढ्यांना कलेचं मूल्यमापन व कलाकारांच्या धारणांचं, स्वभावाचं व परिस्थितीचं योग्य आकलन करवून देणारा लेखक खूप मोलाची भूमिका बजावत असतो. लेखकाचं संगीत कलेवरील प्रभुत्व, कर्तृत्व, निकोप दृष्टी, गहन विचार सोपे करून समजावण्याची तोटी, कथनातील रसाळपणासाठी त्यातील आशयाच्या सत्यासत्यतेशी तडजोड न करणं या सगळ्यांचा प्रभाव असतो. या संगीत व्यापारात स्वत:ची छाप

उमटवणारे गायक, संगीत दिग्दर्शक जेव्हा ही वाटचाल शब्दांकित करतात तेव्हा त्या संवादाला सुरांचीच झळाळी प्राप्त होते. केशवराव भोळे यांचं 'माझे संगीत, रचना व दिग्दर्शन' वाचताना याचा प्रत्यय हमखास येतो. मौज प्रकाशनातर्फे आलेली याची प्रथम आवृत्ती १९६४ सालची असून यात त्यांनी १९३३ साली 'प्रभात' कंपनीत प्रवेश केल्यानंतरच्या कामगिरीचं प्रांजळ, रोखठोक निवेदन आहे. केशवरावांचा जन्म १८९६ चा. प्रस्तावनेतच आपण चाकोरी सोडून म्हणजे डॉक्टर व्हावं ही आईची इच्छा डावलून संगीत दिग्दर्शक झालो. इंजिनिअर असूनही वडिलांनी जसा सतारीचा ध्यास घेतला तोच कित्ता गिरवल्याचंही अगदी दोनचार वाक्यांत सांगतात. पुढे प्रभातमध्ये आल्यावर चित्रपट, रंगभूमी, मैफल, भावसंगीत या क्षेत्रांत केलेल्या 'कामगिरी'चा हा आढावा घेणारं अशा प्रकारचं हे पहिलंच पुस्तक असल्याचं नमूद करतात.

पुस्तकात 'अमृतमंथन'पासून, 'चंद्रसेना', 'रजपूत रमणी', 'संत तुकाराम', 'कुंकू' अशी एकूण बारा प्रकरणं आहेत.

'आंधळ्यांची शाळा'च्या यशस्वी संगीत दिग्दर्शनानंतर रांगणेकरांच्या आग्रहावरून बाबूराव पेंढारकरांच्या प्रस्तावाचा स्वीकार करून १ ऑक्टोबर १९३३ ला केशवराव प्रभातशी करारबद्ध झाले. हे सर्व निवेदन प्रथम पुरुष एकवचनी आहे. बारीकसारीक तपशील कुठलाही मोठेपणाचा आव न आणता सांगितल्यामुळे वाचकांना थेट भिडतात. शूटिंग सुरू झाल्यावर स्टेशनवॅगनमध्ये बसून चाली लावणं, स्पॉटवर तयारी होईपर्यंत हार्मोनियम-सारंगीवर त्यांची तालीम घेणं अशा गमती वाचून वाचक थक्क होतो. चित्रपटासाठी संगीत देताना त्याची पूर्वतयारी म्हणून १९११ ते १९३० पर्यंत मूकपटातील प्रसंगाशी अनुरूप वाद्यमेळांचा अभ्यास, ऑर्केस्ट्रातील वादक 'पाहून' वाजवतात याचं कुतूहल, प्रयोगशीलतेची कास धरत ऑर्गन, सतार, व्हायोलीन, दिलरुबा, तबले डग्गे, पियानो, चेलो, हार्पाफोन अशा वादकांचा ताफा जुळवणारे केशवराव आत्मप्रौढी पूर्णत: टाळून घडलेल्या प्रसंगांचं वर्णन करतात तेव्हा वाचक गुंगून न गेल्यासच नवल!

'स्वतंत्र चाली' करायच्या नाजूक मुद्द्यावर केशवरावांचं भाष्य त्यांच्या परखड सरळसोट स्वभावावर बराच प्रकाश टाकतं. ते म्हणतात, 'कौशल्य सारे योजनेत आहे', असा माझा विश्वास होता आणि अजूनही आहे.

कारण 'आम्ही नव्या चाली करतो' म्हणून जे ऐट मिरवतात त्यांची कर्तबगारी म्हणजे अनेक माहीत असलेल्या चालींमधून उसनवारी करून झालेलं अठरा धान्यांचे कडबोळं असतं.'

शांता आपटेंकडून करवलेल्या विशिष्ट प्रकारच्या उच्चारणासाठी, आवाजाच्या जोरकस लगावाचे दोरखंड सैल करून गळा सैल सोडण्यासाठी केलेल्या तालमी असोत किंवा नलिनी तर्खडांच्या गाण्यावरची अविश्रांत मेहनत, विख्यात नर्तकी अझूरी यांच्यासाठी नर्तनोपयोगी संगीत रचना करताना एडिटिंग, रेकॉर्डिंगसाठी वापरलेल्या क्लृप्त्या हे सर्व वाचून नवीन माध्यमावर पकड येण्यासाठी पूर्वीच्या लोकांनी समरसून केलेले प्रयत्न स्तिमित करतात. यांतही गायक, गायिका, नट, संगीत दिग्दर्शक, वादक कंपनीचे मालक एवढंच नव्हे तर कंपनीतील सुतार, मोल्डिंग, सेटिंग, सीनपेंटिंग, लॅबोरटरी, एंजिनियरिंग विभाग इतके सौहार्दपूर्ण असतात की आज वाचताना ते अविश्वसनीय वाटावेत. संत तुकारामाच्या भूमिकेतील विष्णुपंत पागनीसांचा स्वतंत्र संगीत रचल्याचा वृथा भ्रम दामलेंनी कसा मोडीत काढला याचं वर्णन, 'आधी बीज एकले'च्या संगीताला महाराष्ट्रीय लोकांकडूनच नव्हे तर पारशी समाज, दिल्ली, लाहोर, बंगळुरू, मद्रास इथून मिळालेल्या पावतीचं वर्णन हे मुळातच वाचण्यासारखं आहे.

'कुंकू' या प्रभातच्या पहिल्या सामाजिक चित्रपटासाठी संगीत रचताना शांतारामबापू, स्वत: केशवराव, शांताराम आठवले, राजाभाऊ नेने यांच्या विचार-विनिमयाचा, कथावस्त्र विरळ न होता संगीत यातलाच एक भाग वाटावा म्हणून केलेलं विवेचन अभ्यासकांना नवी दृष्टी देईल. आज पार्श्वसंगीतात आम किंवा सर्रास केल्या जाणाऱ्या किंवा क्वचित काय करू नये अशा गोष्टींची रुजवात ही केशवरावांसारख्या काटेकोर कलादृष्टी असणाऱ्या संगीत दिग्दर्शकांनी कशी केली हे वाचनीयच नाही तर चिंतनीय आहे. 'रचिले प्रभूने जग हे विशाल' गाण्याची चाल प्रख्यात गायिका सुंद्राबाई जाधव यांनी शिकवलेल्या गझलेवर बेतली आहे किंवा 'भारती सृष्टीचे सौंदर्य खेळे' मधला देस, वास्तवता साधण्यासाठी तांब्याकाठी, रूळ यांचा केलेला वापर, 'मन शुद्ध तुझं गोष्ट हाये पृथिवी मोलाची'च संगीत प्रयोजन, ते गाणाऱ्या परशुराम या गायक नटाची अनायासे झालेली निवड या सगळ्या हकिकती केवळ दोघा चौघांनी चघळण्याचे किस्से नसून आपल्या विरासतीचा महत्त्वपूर्ण दस्तऐवज आहे.

'संत ज्ञानेश्वर'चं आंतरराष्ट्रीय स्तरावर नावाजलं गेलेलं ध्वनिमुद्रण, 'संत सखू' नंतर अष्टपैलू नट, संगीत रचनाकार, वादक वसंत देसाई यांनी शंभर रुपयांच्या पगारवाढीसाठी प्रभातला ठोकलेला रामराम, 'रामशास्त्री'तील 'त्याला जीवन ऐसे नाव' या मिश्र काफीतील गाण्यासाठी अब्दुल करीम या गुणी वादकाने तबल्यावर केलेली कमाल, हे वाचन सुरांइतकेच मंत्रमुग्ध करते.

चित्रपटांसोबतच नाट्यसंगीत व भावगीत या क्षेत्रांतला केशवरावांचा अधिकार आणि त्यांची दृष्टी वादातीत असल्याचा प्रत्यय त्यांच्या रचनांवरून व विश्लेषणावरून येतोच.

दुसरं पुस्तक 'आवाजाची दुनिया' हे केशवरावांच्या १९४४-४५ साली 'शुद्ध सारंग' नावाने 'मौज' साप्ताहिकात लिहिलेल्या लेखांचं संकलन होय. यात 'संगीताने रंगभूमीचा ऱ्हास झाला की नाट्याचा?', 'खाँसाहेब फैयाजखाँ', 'केसरबाईंचे ग्रामोफोन रेकॉर्ड', 'संगीतसृष्टीतील कलावंत व त्यांचे स्वभावदोष' ते इत्यादी एकूण सोळा लेख आहेत. या लेखांच्या केवळ शीर्षकांवरूनही अंदाज करता येतो तो भोळ्यांच्या संगीतविषयक विस्तृत परिघाचा. लेखांचा नेटकेपणा आणि कलाकार किंवा कलाविष्काराचं मूल्यमापन करताना टीका कुठंही आपली पातळी सोडणार नाही याची घेतलेली दक्षता याचा जाणकार रसिकांवर परिणाम झाल्याशिवाय राहत नाही

या दोन्ही पुस्तकांतला आशय विलंबित ख्यालासारखा असला तरी हाताळणी सुगम आहे. भावस्पर्शी गाण्यासाठी अचूक सुरेलपणा आणि कृत्रिम गहिवर टाळण्याची सहजता केशवरावांच्या लेखनशैलीनेही जमवली आहे यात शंकाच नाही.

**

११
सप्रेम नमस्कार विनंती विशेष

'अव्यक्त भावनेला आपला मान तरी सांभाळता येतो. व्यक्त भावना उघडी असते. जे वेडेपणाने आटोकाट भरलेलं नाही, ते प्रेमपत्रच नाही; जे वाचताना ओलं व्हायला, वितळायला, वाहून जायला होत नाही ते प्रेमपत्रच नाही. पण हे सारे त्या दोन व्यक्तींपुरते...' माधव आचवलांचे हे पत्र वाचताना जीव कातर होतो.

प्रेम करायची जशी ठरावीक पद्धत नाही तसाच प्रेमपत्राचाही छापील मसुदा नाही. ज्या कलावंतांनी आपल्या कलेसाठी हयात कुर्बान केली त्यांनी लिहिलेली आणि रूढार्थाने प्रेमपत्रं नसलेली ही हृद्गतं वाचताना आपण हेलावून जातो. 'विश्रब्ध शारदा', दुसऱ्या खंडाची प्रथम आवृत्ती १ मे १९७५ रोजी प्रकाशित झाली. मराठी रंगभूमी आणि महाराष्ट्रातील संगीत या दोन विभागांना समर्पित हा दुसरा खंड रंगभूमी व संगीतातील मूलग्राही विचारांचा दुर्मिळ पत्रव्यवहार आहे. कै. हरिभाऊ मोटे या अवलियाने लोकोत्तर व्यक्तींच्या पत्रांचे संग्रह प्रकाशित करून शिवधनुष्याला लीलया प्रत्यंचा लावलेली आहे. 'विश्रब्ध शारदे'च्या निवेदनातच हरिभाऊंनी 'मराठी रंगभूमी' विभागाचे संपादक वसंत देसाई, महाराष्ट्रातील संगीत विभागाचे संपादक वामनराव देशपांडे, मराठी रंगभूमीचे पुरवणी लेखक रामदास भटकळ व संगीताचे पत्रपरिचय व टीपा देणारे डॉ. शरच्चंद्र गोखले यांचे ऋण मानलेले आहेत.

या खंडाला लाभलेली पु. ल. देशपांडे यांची प्रस्तावना हा 'विश्रब्ध शारदे'चा मानबिंदू तर आहेच, पण स्वतंत्र अभ्यासाचा विषय व्हावी इतकी ती रसपूर्ण व अर्थपूर्ण आहे. पुलंचा पिंडच मुळी गाण्याबजावण्यावर

जोपासलेला. कलेविषयी आदर व प्रेम असतानाच कलाकारांच्या स्वभावाची, वर्तनाची, सामाजिक जाणिवांची ओळख वाचकांना समजेल, रुचेल व खुपणार नाही अशा प्रकारे करून दिली आहे. नाट्यकला व संगीताची, पर्यायाने नाट्यकलावंत व गायक गायिकांची देखभाल ज्या प्रमाणात समाजाने करायला हवी होती त्यात उण्या पडलेल्या रसिकांच्या या उपेक्षेबद्दल पुलं म्हणतात, 'परमचिंताजनक आर्थिक परिस्थितीत जगताना संगीताच्या दृष्टीने 'नागवियांच्या गावकऱ्यांना' धोतरं नेसवण्याचा प्रयत्न करणाऱ्यांना मुळ्यांसारख्या माणसाची फार मोठी बूज व्हायला हवी होती.' 'विश्रब्ध शारदे'ची सर्व बलस्थाने अधोरेखित करणाऱ्या पुलंच्या (या सर्वांगसुंदर) प्रस्तावनेनंतर मी यावर भाष्य करण्याच्या प्रयत्नाला, कुसुमाग्रजांच्या 'प्रेम कुणावरही करावं' या विचाराचा आधार आहे. कारण मुळात 'गाणं आणि विश्रब्ध शारदा' हा माझा प्रेमाचा मामला आहे. आणि प्रेम म्हटल्यावर इलाक्यातले अपराध क्षम्य व्हावेत ही नम्र इच्छा. 'संगीतावरचे लिखाण कोणासाठी?' या लेखात अशोक रानडे म्हणतात, 'संगीतावरचे लिखाण तीन प्रेरणांनी होऊ शकते; अनुभवात भर घालण्यासाठी, ज्ञानात वाढ व्हावी म्हणून आणि माहितीची गंगा वाहावी म्हणून.' या तीनही प्रेरणांना कवेत घेणारा हा पत्रप्रपंच तत्कालीन सामाजिक परिस्थितीवर प्रकाश टाकताना कलाकारांच्या स्वभावाचे पीळही दाखवतो.

विष्णुदास भावे, आद्य नाट्यप्रवर्तक यांच्या १८५४ च्या मुंबई दौऱ्यादरम्यान तिकीट विक्री करण्यासाठी प्रत्यक्ष भाऊ दाजी लाड बसत व नाट्यप्रयोगाच्या हिशेबाचा तपशील देणाऱ्या या त्रोटक पत्राने दक्ष भाऊ दाजींचे नाट्यकला व भाव्यांशी असलेले ऋणानुबंध कळतात. तर नुकतेच नाट्यकलेचे मूळ जोमात धरू लागले असताना विष्णुपंत कलावंतांकडून कंपनीविषयक, रंगभूमीविषयक अटी व नियम मान्य असल्याचे करारपत्र करून घेत. 'खेळ करून सणगे रुपये जे मिळतील त्यांतील आपण द्याल ते घेईन. मंडळीत मजकडून भांडण वगैरे जाहले असे आपले नजरेस येऊन शिक्षा केल्यास आपण गुरू यास्तव माझी फिर्याद नाही,' असं करारपत्र सीताराम बाळंभट पुरोहित यांनी विष्णुपंतांना लिहून दिलेलं आहे.

विष्णुपंत भावे यांच्या 'सीता स्वयंवराची' सुरुवातच मंगलाचरणाने होई. त्यामुळे नाटकाला संगीताचं वावडं नसलं तरी नाटकातील पदं

सूत्रधाराने म्हणण्याचा प्रघात बळवंत ऊर्फ अण्णासाहेब किर्लोस्कर यांच्या 'संगीत शाकुंतल'ने मोडला. तेव्हा एतद्देशीय रसिकच सुखावला नव्हे तर जनरल हेबेटसारख्या इंग्रज अधिकाऱ्याने आपली पसंती पत्राद्वारे अण्णासाहेबांना कळवली. सप्टेंबर १८८१ साली लिहिलेल्या पत्रात जनरल म्हणतात, 'I cannot tell you how much obliged I feel to you for having afforded me such a very pleasant evening last Saturday by inviting me to the rehearsal of the Shakoontala performance at the Deccan College.'

अण्णासाहेबांचं जिंदादिल व्यक्तिमत्त्व उघड करणारी आणखीही बरीच पत्रं आहेत. यांतील एकात त्यांनी महादेव गोविंद रानडे यांच्याबद्दल मराठी ग्रंथकारांच्या सभेच्या आमंत्रणाबद्दल गैरहजर राहण्याचं कारण देताना लिहिलं आहे, 'ग्रंथांविषयी चर्चा होताना ज्याच्या ग्रंथावर धाड आली म्हणजे त्याचं पित्त खवळून प्रसंगी दंडादंडीवरही येईल. मला वाटतं ग्रंथकार या शब्दाचा अर्थ कुठपर्यंत घ्यावा याची सीमा ठरवली म्हणजे बरे.'

**

१२
विरासतीच्या हकिकती आणि मौजा

अण्णासाहेब किर्लोस्करांच्या मृत्यूनंतर 'किर्लोस्कर नाटक मंडळी'ची मालकी भाऊराव कोल्हटकर, मोरोबा वाघुलीकर व रामभाऊ किंजवडेकर यांच्याकडे आली. त्यांतले वाघोलीकर निवृत्त होताना इतर दोन भागीदारांनी लिहिलेल्या पत्रात 'आणखी काही दिवस आपण मंडळीत राहिला असता तर आम्हाला मोठा फायदा झाला असता. आपले खरे दैवत अण्णासाहेब हे होत तरी त्यांना विसरून ईशस्तवन करणे कधीही स्तुत्य होणार नाही.' हे परस्परांमधील विरळा सौहार्द दाखवतात.

स्त्रीभूमिका अजरामर करणाऱ्या भाऊराव कोल्हटकरांचा वयाच्या बत्तिसाव्या वर्षी मृत्यू झाला. तत्पूर्वीच्या आजारात त्यांनी केलेल्या मृत्युपत्राचाही समावेश या संचात आहे. याच भाऊराव कोल्हटकरांच्या आवाज व गायकीला उस्ताद फैजमहमंद खाँनी भास्करबुवा बखल्यांपाशी 'ये आवाज नहीं बल्की बिजली मालूम होती है!' अशी उमदा दाद दिल्याची हकीकत बयाँ करणारं पत्रही संगीत विभागात पाहायला मिळतं.

'महाराष्ट्र नाटक मंडळी'त स्त्रीभूमिका करणाऱ्या वामनराव भटांनी १९१७ साली देशी रंग तयार केले. त्यांची मन:पूर्वक प्रशंसा करताना गणपतराव जोशी लिहितात, 'आपण पाठवलेले फेसपेंट वापरून पाहता ते पाश्चात्य रंगाच्या तोडीचे आहेत यात शंका नाही.' रंगभूमीला नवसंजीवनी देणारे बालगंधर्व कपड्यांच्याबाबत किती चोखंदळ होते व पत्र लिहितानाही मायन्यात बारीकसारीक तपशील कसा नोंदवत हे पाहून मजा येते.

पुणे तांबेकरांची धर्मशाळा
किर्लोस्कर थिएटरसमोरील
जुनी तपकीर गल्ली

तारीख २३-०७-१९३१, गुरुवार, दुपारी ४:३० वा. पत्र लिहिले.

'हल्ली देशी माल घ्यायचा असल्याकारणाने सुती माल महाग आहे. पूर्वी विलायती सूत आयते मिळत असल्याकारणाने स्वस्त असे...'

तर हिराबाई बडोदेकरांसारख्या प्रथितयश गायिकेने नाट्यव्यवसायात प्रवेश केल्यानंतर १९३२ साली वसंतराव देसाई यांना लिहिलेल्या पत्रात 'मला नुसती पदे चांगली होतात' असे या नाटकात म्हणून घ्यायचे नाही असं म्हटल्यावर, बाईंना गाण्याबरोबरच दर्जेदार अभिनय यावा या ध्यासाने कसं पछाडलेलं होतं हे कळतं. या परिपूर्णतेच्या ध्यासाचा आणखी एक मासला म्हणून की काय १९४७ च्या सीताकांत लाडांना लिहिलेल्या पत्रात बालगंधर्व म्हणतात 'घशातून आवाज सूरसुद्धा निघत नाही, हा माझ्या दुर्दैवाचा खेळ आहे. आपण चिरंजीव शिलेदार आणावा अश्विनशेटच्या करता आणि रेवती श्रीमती हिराताई.' उतारवयातही बालगंधर्वांची हतबलता काळीज चर्र्र करते.

'विश्रब्ध शारदे'च्या 'मराठी रंगभूमी' विभागातील पत्रांचा शेवट स्वातंत्र्योत्तर काळातील काही मोजक्या पत्रांनी होतो. यांत मामा वरेरकर आणि आचार्य अत्रे यांच्यातला पत्रव्यवहार रंजक आहे. अत्रेंनी आपल्या एकसष्टी निमित्त मामांनी केलेल्या अभिनंदनाची पोच देतानाची खुशमिजाजी व डौल पाहण्यासारखा आहे. 'मध्यंतरीचे आपले दुरावलेले संबंध विसरून खेळाडू वृत्तीने माझ्या लेखांचे कौतुक केलेत याबद्दल अंत:करणपूर्वक अभिनंदन करतो. खरोखरच मामा तुमच्याशी भांडणे जिवावर येते पण कित्येक वेळा तुम्ही अशी काही गंमत करता की मग इच्छा नसतानाही तुमचा समाचार घ्यावा लागतो.'

महाराष्ट्रातील संगीत या विभागातील पत्रव्यवहाराची सुरुवात विष्णू दिगंबरांनी आपल्या शिष्याला सप्टेंबर १९१३ म्हणजे गांधर्वची नागपूर शाखा सुरू झाल्यानंतर लिहिलेल्या पत्राने होते. महात्मा गांधी संगीताचा आपल्या जीवनावरील परिणाम विशद करताना एका गुजराती विद्यार्थ्याला लिहितात, 'Melodious recitation of the Ramayan which I heard in my childhood left on me an impression which years have not obliterated or weakened.' तर वि. ना. भातखंडे यांचे शिष्य अण्णासाहेब रातंजनकरांशी असलेले जिव्हाळ्याचे संबंध पत्राच्या संबोधनापासून कळू लागतात. 'My dear Babu, I have not the tact of appealing for funds which Pandit Malviyaji possesses .I am doing nothing here as I have not brought my books here. I hope the change and rest will do me good.' पुत्रवत शिष्याला बारीकसारीक तपशील देणारी ही पत्रं या दोघांतील ऋणानुबंधाचे आदर्श उदाहरण होत.

संगीतरत्न खाँसाहेब अब्दुल करीम खाँसाहेब यांनी बाळकृष्णबुवा कपिलेश्वरी यांना लिहिलेला विस्तृत पत्रव्यवहार वाचताना स्वत:च्या घराण्याविषयी व पूर्वजांविषयी, रहिमत खाँसाहेबांशी असलेला घरोबा, खंबावतीसारख्या रागांची शास्त्रीय बैठक, मैफिली व बिदागी संदर्भात विचार, शिष्यालाही स्वत:कडील ज्ञान देण्यासाठी विद्यार्थी मिळवून देणं असे असंख्य विषय वाचक व कलाकारांमधील अंतर कमी करतात. कलेच्या पलीकडे कलाकारांच्या माणूस म्हणून असलेल्या आस्था, विवंचना, हेवेदावे समजून घेता आल्यामुळे रसिक चाहत्यांना एक परिपूर्ण आनंद मिळतो.

१९२७ च्या गांधर्व महाविद्यालयाच्या संगीत परिषदेचं अध्यक्षस्थान साहित्य सम्राट व संगीतज्ञ न. चिं. केळकर यांनी भूषवलं. त्या परिषदेमध्ये उत्तर हिंदुस्थानी संगीतातील ख्यालादी रचनांचं मराठीत भाषांतर करून महाराष्ट्रात गायलं जावं अशा स्वरूपाचा ठराव पास झाला. प्रश्नाचं स्वरूप लक्षात घेता त्यावेळी यावर बराच वादंग झाला. या संदर्भात कविवर्य भा. रा. तांबे यांनी 'ज्ञानप्रकाश'च्या संपादकांना लिहिलेलं पत्र ज्यात ते म्हणतात, 'आधी संगीत स्वत:च फार तेजस्वी व सर्वसामान्य भाषा होय, तिला शब्दाची गरजच लागत नाही...' तर वामनराव देशपांडे यांनी न. चिं. केळकरांना याच अनुषंगाने लिहिलेल्या पत्रात म्हटलं आहे, 'उच्च गायन हे शब्द निरपेक्ष आहे.' मात्र केळकरांनी वामनरावांना दिलेल्या उत्तरात मराठीचीच भलावण करत म्हटलं आहे, 'हिंदी शब्द कानाला मऊ लागतात. संस्कृतमय मराठीला मृदू शब्दांची उणीव का पडेल?' ही तीनही पत्रं मुळातूनच वाचण्यासारखी आहेत.

गायनाशिवाय आपल्या चतुरस्र कामगिरीने शास्त्रीय संगीताची शान

वाढवणारे गोविंदराव टेंबे, सीताकांत लाड, मास्तर कृष्णराव, विनायक दामोदर सावरकर अशांचाही पत्रव्यवहार इथं वाचायला मिळतो. एकेकाळच्या अष्टपैलू गायिका बाई सुंद्राबाई व गानहिरा हिराबाई बडोदेकरांची पत्रं त्यांच्या मैफिली इतकीच सजीव व चैतन्यमय आणि भावनांनी रसरसलेली आहेत.

चंद्रशेखर रेळे, पु. ल. देशपांडे, रामूभैय्या दाते, बाबुराव जोशी यांचा कुमारजींशी झालेला पत्रव्यवहार वाचून कुमार गंधर्वांच्या पोतडीतल्या रागरागिण्यांचा हेवा करावा की त्यांच्या अचाट कर्तृत्वावर फिदा असलेल्या मित्रमंडळींच्या निकोप प्रेमाचा, हा प्रश्न पडतो. गुरू बी.आर. देवधर यांनी कुमारजींची माहिती देणारे अरविंद मंगळूरकरांना लिहिलेलं पत्र फार मननीय आहे.

गानतपस्विनी मोगुबाई कुर्डीकर यांनी रा. कृ. फडके यांना लिहिताना आडपडदा न ठेवता जणू काळीजच उतरवलं आहे. 'पैसा मिळवण्याच्या दृष्टीने मी जर कलेकडे पाहिले असते तर मला कलेची दिशा बदलावी लागली असती.'

अल्लादिया खाँसाहेबांचे (नेमके व नेटके) चिरंजीव मास्तरांच्या (कृष्णराव) 'वंदे मातरम्' चालीची प्रशंसा करणारे पत्र तसंच रवींद्रनाथ टागोरांचं केसरबाईंच्या अद्वितीय गानविद्येची प्रशंसा करणारं पत्र हे 'विश्रब्ध शारदे'चं वैभव आहे.

'विश्रब्ध शारदे'च्या निमित्ताने अशा प्रकारे लोकोत्तर व्यक्तींचा पत्रप्रपंच प्रकाशित होणारी बहुदा साहित्यातली ही पहिलीच घटना असावी. हीच वाट चोखळणारा नरहर कुरुंदकर व रा. ज. देशमुख व सुलोचनाबाईंचा (पत्रव्यवहार), जी. ए. कुलकर्णी व सुनीताबाईंचा (पत्रव्यवहार), कुसुमावती देशपांडे व अनिल यांचा पत्रव्यवहार ही त्यानंतरची उदाहरणं म्हणता येतील. जवाहरलालांनी इंदिरेला लिहिलेली पत्रंही सर्वश्रुत आहेतच. संगीताच्या दुनियेत सांगावा, संदेसवा अर्थात पत्र-ही तेरावा सूर गणला जाईल इतका दर्द पैदा करू शकतो हे 'विश्रब्ध शारदे'ने दाखवलं. हाच दर्द अनुभवणारे आपण सुजाण रसिक आता संगीतातले दर्दी म्हणवले जाऊ या खात्रीसोबत थांबते.

**

१३
घरंदाज गायकी
एक मैलाचा दगड

हिंदुस्थानात पूर्वापारपासून संगीत कला गुरुमुखातून ग्रहण केली जाणारी अर्थात मौखिक परंपरेची कास धरणारी आहे. पण संगीततज्ज्ञ अशोक दा. रानडे म्हणतात त्याप्रमाणे, लिहिता येत नाही वा लिहिण्याची सामग्री आसपास तयार होत नाही म्हणून मानव समूह जी संपर्कक्रिया अनुसरतात ती मौखिक परंपरा होय, मात्र तरीही सर्व काही लिहून ठेवण्याचा हव्यास धरावा! इथं रानड्यांना अभिप्रेत असलेलं तारतम्य ठेवून ज्या मोजक्या संगीततज्ज्ञांनी लेखनाद्वारे गुरूखेरीजही ज्ञानार्जनाच्या वेगळ्या वाटा निर्माण केल्या ते म्हणजे पं. बाळकृष्णबुवा इचलकरंजीकर, पं. विष्णू दिगंबर पलुस्कर, पं. वि. ना. भातखंडे, पं. गोविंदराव टेंबे, केशवराव भोळे हे होत.

याच प्रवाहातील महत्त्वाचं नाव म्हणजे संगीतज्ञ वामनराव देशपांडे. पेशाने चार्टर्ड अकाऊंटंट असलेले वामनराव देशपांडे यांनी ग्वाल्हेरच्या यादवराव जोशी व शंकरराव कुलकर्णी तर किराण्याच्या सुरेशबाबू माने यांच्याकडून तालीम घेतली होती. जयपूर घराण्याच्या नथ्थन खाँ, मोगूबाई कुर्डीकरांच्या तालमींमुळे सर्वच घराण्यांचे प्रयोजन, उगम, धारणा, सौंदर्यशास्त्रीय निकष यांचे तुलनात्मक विश्लेषण यांत शास्त्र व क्रियात्मक बाजूचा समन्वय आढळतो.

सुगम किंवा सिनेसंगीताची अफाट लोकप्रियता शास्त्रीय संगीताला लाभणं कठीण असलं तरी या वाटेवरच्याही हौशा-नवशांनाच नव्हे तर आस्वादक अभ्यासक यांनाही संगीताची थोडीफार जाण येईल व खुद्द

कलाकारांनाही विचार करायला प्रवृत्त करील असे विचारधन वामनरावांनी 'घरंदाज गायकी' या पुस्तकातून मांडलं. मे १९६१ साली आलेल्या पुस्तकाच्या प्रथम आवृत्तीचं रसिकांनी उदंड स्वागत केलं. दुसऱ्या आवृत्तीच्या प्रस्तावनेत काही ठळक आक्षेपांचा परामर्शही वामनरावांनी घेतला आहे. मूळ आवृत्तीला असलेली प्रो. बी. आर. देवधरांची प्रस्तावना पुस्तकातील बलस्थानांचा उचित पुरस्कार करते.

'संगीतातील घराणी' हा बुजुर्गांपासून ते नवोदितांपर्यंत अस्मितेचा विषय असला तरी घराण्यांचे उगम, त्यांनी अंगीकारलेल्या गायकीचे नियम व शिस्त ही त्यात भर पडत जाणाऱ्या प्रत्येक कलाकाराबरहुकूम विस्तारत जाते. कलाकाराच्या आवाजामुळे येणाऱ्या मर्यादा किंवा अटकावच नसलेल्या आवाजामुळे गायकीला घेता येणारी झेप हे दोन्हीही घराण्यांमध्ये सतत नवचैतन्य फुंकत असते तर एकाच घराण्याच्या दोन गुरूंकडून संक्रमित होणारी गायकीही आपलं स्वतंत्र अस्तित्व दाखवते. असं असताना घराण्यांविषयीची चर्चा म्हणजे ऋषीचं कूळ किंवा नदीचं मूळ शोधण्याइतकं जटिल होऊन बसतं, हा रंजक पण वादग्रस्त बनू शकेल असा विषय वामनरावांनी अप्रतिम रीत्या हाताळला आहे यात शंका नाही.

प्रास्ताविकात हे घराणेपद प्राप्त होण्यासाठीच्या पात्रते विषयीचं कथन आहे. दुसऱ्या प्रकरणात आग्रा, किराणा, जयपूरसारख्या घराण्यांनुरूप आवाजाच्या लगावाची चर्चा करताना वामनरावांनी महत्त्वाचा प्रश्न उपस्थित केला आहे. 'गुरूचा आवाज कोणत्याही वैयक्तिक, शारीरिक अगर अन्य कारणाने दोषयुक्त असला तर निदान शिष्याने तरी तो दोष टाळण्याचा प्रयत्न करू नये काय?'

'बंदिश' व 'अंतर्गत कायदे' या प्रकरणात वामनरावांनी ख्याल-गायकीच्या प्रक्रियेतील पाच महत्त्वपूर्ण घटक - बंदिशीची मांडणी, स्थाई व अंतरा, आलापी, बोलआलाप, बोलतान व तान यांची सखोल चर्चा केली आहे. ख्यालात उत्कंठा निर्माण करताना लय व स्वर यांच्या परस्परसंबंधातून चल किंवा उपज अंग कसं केलं जातं याविषयी सर्वसामान्य रसिकालाही कळावं अशा तऱ्हेने त्यांनी विषय हाताळला आहे. स्वर आणि लय या दोन मुख्य घटकांच्याच आधारे 'दोन टोकांची दोन घराणी', 'सुवर्णमध्यातील घराणी', 'पतियाळा' व बडे गुलामअली खाँ, 'इंदोर आणि अमीरखाँ' या प्रकरणांमध्ये आग्रा, जयपूर, ग्वाल्हेर,

किराणा, पतियाळा आणि इंदोर या घराण्यांतील कलाकार व त्यांच्या गायकीचा परिचय वाचकाला घडतो.

'संभाव्य आक्षेप' या प्रकरणात लेखक स्वर व लयीचा मेळ साधून त्यांची स्थानं निश्चित करणारी एक आकृती देतात.

घराण्यांच्या समृद्ध गायकीचा असा ढोबळ विचार स्वर, लय व बंदिशीच्या आंतरसंबंधांना संपूर्णत: विशद करू शकत नसला तरी या गहन विषयाला समजून घेण्यास नक्की हातभार लावतो. त्याचमुळे 'घराण्यांच्या मर्यादा' व 'नवीन घराण्यांची संभाव्यता' यांचाही अभ्यास अपरिहार्य ठरतो. पुस्तकातील शेवटचं प्रकरण 'घरंदाज गायकीचे भवितव्य' हा तर माझ्या मते प्रत्येक तपानंतर नव्याने मूल्यमापन होण्याइतका बदलता व नवी आव्हानं देणारा विषय ठरावा. पुस्तकात परिशिष्टात समाविष्ट करण्यात आलेले वामनरावांचे 'संगीत आणि शब्द' 'हिंदुस्थानी संगीतातील नवप्रवाह', 'कार्ल सी शोअर, बाणी आणि घराणी', 'गेल्या पन्नास वर्षांतली संगीताची वाटचाल' हे लेख अभ्यासूंना गेल्या शतकातली शास्त्रीय संगीताची जडणघडण समजून घ्यायला साहाय्यक ठरावेत.

'घरंदाज गायकी'ने लक्षात आणून दिलेलं घराण्यांच्या प्रयोजनाचं गांभीर्य लक्षात घेता आजच्या काळात जेव्हा इलेक्ट्रॉनिक मीडियामुळे एकाहून अधिक गुरू व पर्यायाने एकापेक्षा अधिक घराणेदार गायकीची दारं खुली असताना या संपूर्ण विषयाला एक वेगळं परिमाण मिळालेलं आहे.

**

१४
परंपरा व नवतेचा संगम

पंडित वामनराव देशपांडे यांच्या 'घरंदाज गायकी' ने रचलेल्या पायावर तब्बल बत्तीस वर्षांनंतर आलेल्या पं. बबनराव हळदणकर यांच्या 'जुळू पाहणारे दोन तंबोरे' या पुस्तकाने बांधेसूद शिल्प उभारलं आहे. १९९३ साली आलेल्या या पुस्तकात बबनरावांनी आग्रा आणि जयपूर या हिंदुस्थानी शास्त्रीय संगीतातल्या दोन मातब्बर घराण्यांविषयी विवेचन केलं आहे.

श्रीकृष्ण अर्थात बबनराव हळदणकर हे व्यवसायाने अभियांत्रिकीतील पदवीधर असून आग्रा घराण्याची तालीम त्यांनी उस्ताद खादीम हुसेन खाँसाहेबांकडून घेतली तर गानतपस्विनी मोगूबाई कुर्डीकर यांव्याकडून जयपूर गायकीचं मर्म आत्मसात केलं. पुस्तकाची दुसरी आवृत्ती राजहंस प्रकाशनाने २००३ साठी प्रकाशित केली. पुस्तकाच्या सुरुवातीला बबनरावांच्या आदरणीय गुरुजनांचे फोटो व आग्रा आणि जयपूर या दोन्ही घराण्यांचा वंशवृक्ष देण्यात आला आहे.

पुस्तकाला लाभलेली पं. जितेंद्र अभिषेकी यांची प्रस्तावना ही बंदिशीच्या चपखल मुखड्याप्रमाणे नेटकी आहे. तर श्रीरंग संगोराम यांच्या 'स्नेहाच्या अक्षरांमुळे' बबनरावांच्या सांगीतिक जडणघडणीवर बराच प्रकाश पडतो.

घराणेदार गुरूकडून तालीम घेऊन घराण्यांतर्गत शिस्तीच्या चौकटीतच आविष्कार करणं किंवा आपल्या कुवतीनुसार सर्वच घराण्यांतील बलस्थानांचा अंतर्भाव करून मिश्र शैली निर्माण करणं असा प्रश्न बहुतेक कलाकारांना पडत असावा. आजच्या काळात घराण्यांची आवश्यकता

आहे का? याच्या उत्तरात मतभिन्नता असली तरी मुळात वेगवेगळी घराणी वेगवेगळया सौंदर्यतत्त्वांचा विकास करण्यासाठी जी शिस्त अंगीकारतात तिचं जतन होणं आवश्यक आहे हे नाकारता येणार नाही. आपली भूमिका मांडताना बबनराव म्हणतात, 'माझा प्रयत्न मूल्यमापनापेक्षा प्रत्येक गायकीत कोणती सौंदर्यमूल्यं दडलेली आहेत वा एखाद्या गायकीची विशिष्ट प्रतिज्ञा वा शिस्त या सौंदर्यनिर्मितीच्या कक्षा कशा सीमित करते हे शोधण्याचा आहे.'

'मला भावलेले संगीतातील सौंदर्य' या प्रकरणामध्ये लेखकाने सृजनशील प्रतिभेच्या वैविध्यमुखी व रचनाधर्मी अशा दोन स्तरांची चर्चा केली आहे, तर सादरीकरणाचा उच्च स्तर व उत्कटता या गोष्टी परस्परपूरक असल्या तरी भिन्न असून आविष्काराचा स्तर उंचावण्यासाठी भारदस्तपणा, प्रमाणबद्धता व त्यांतील मोजकेपणा, अमूर्ताकडे जाण्याची क्षमता व कल, सहजता या आवश्यक घटकांचं विश्लेषण केलं आहे. अभिजात संगीताचा प्रवास शब्दांपलीकडील असतो. अमूर्ताच्या मोहमयी विश्वात नेऊन सोडतो. 'ही अवस्था शब्दप्रधान काव्यामध्ये कठीणच' सारख्या विधानाबाबत मतांतरं असू शकतात. प्रकरणाच्या शेवटी कलाकाराच्या संगीताविष्काराची समृद्धता याविषयी मत मांडलं आहे. 'जयपूर-अत्रोली घराणे : तोंडओळख' हे प्रकरण अल्लादियाँ खाँसाहेबांची गायकी जयपूर-अत्रौली म्हणून कशी मान्यता पावली व खाँसाहेबांनी ती धृपदापासून अलिप्त ठेवतानाच भारदस्त बनवली याचं उत्कृष्ट उदाहरण आहे. 'जयपूर गायकीच्या प्रतिज्ञा व वैशिष्टचे' या पुढील दोन प्रकरणांमध्ये अतूटपणा, भारदस्तपणा, चपखल बंदिश, शुद्ध 'आ'कारावर, अमूर्त मांडणीकडे झुकाव, सूक्ष्म कामगतीवर भर, तंतकारीवर भर, ठाय लयीत गाण्यावर भर, षड्ज भरण्याला महत्त्व, लयकारी, सर्वच रागांचा एकाच मार्गाने विस्तार या मुद्द्यांचा सखोल ऊहापोह करण्यात आला आहे, तर जयपूर गायकीवर आक्षेप नोंदवून त्याचा परामर्ष घेताना बबनराव जयपूर गायकीची भूमिका व कलाकार यांवरचा आदर अबाधित ठेवून केवळ 'यासाम हाच' म्हणणाऱ्या आत्मसंतुष्टांना जरब दाखवतात ती लाजवाब आहे.

तेराव्या शतकापासून अस्तित्वात असलेल्या आग्रा घराण्याची ओळख आपल्याला सातव्या प्रकरणात होते.

'आग्रा गायकीच्या प्रतिज्ञा व वैशिष्ट्ये' ही दोन्ही प्रकरणे अभ्यासक, आस्वादक, समीक्षक व कलाकार या सर्वांनी समजून घ्यावीत अशीच आहेत. ठोस आविष्कार, षड्ज भरणं, विलंबित व रागाचा विस्तार 'आ'काराने न करता बोल आलापाने करणं, रागाची प्रकृतीनुसार मांडणी, जयपूर गायकीच्या मानाने कमी ठाय लय इत्यादी वैशिष्ट्यांची चर्चा करताना आग्रा घराण्यातील आफताब-ए-मौसिकी फैयाज खाँसाहेब व खादीम हुसेन खाँसाहेब आदींच्या गाण्याचा तत्कालीन सुज्ञ व अज्ञ लोकांवर होणाऱ्या परिणामांची उचित दखल घेतात. आग्रा घराण्यावरील लयकारीवर अवास्तव भर, सुरांकडे दुर्लक्ष, रेकून गाणं, 'सरगम'ला महत्त्व नाही अशा गंभीर आक्षेपांचाही बबनराव परामर्श घेतात.

'पुनरावलोकन' या अतिशय महत्त्वाच्या व दिशादर्शक ठरेल अशा प्रकरणांमध्ये बबनरावांनी दोन्ही घराण्यांतील सौंदर्य, जयपूर व आग्रा घराण्यांतील वैशिष्ट्यांचा तौलनिक अभ्यास मांडला आहे. त्यांच्याच शब्दांत सांगायचं तर 'होतकरू साधकांनी आपल्या सौंदर्यविषयक संकल्पना प्रगल्भ करीत जाऊन परिपक्व संगीताविष्कार करावा. 'जुने ते सोने' असले तरी 'जुने तेच सोने' मानणाऱ्यांपैकी मी नाही.'

मला वाटतं, घराण्यांचं अधिष्ठान समजून घेऊन, दुराग्रही भूमिका त्यागून आलेला हा डोळस व कालसुसंगत विचार बबनरावांच्या पुस्तकाचं फलित आहे.

**

१५
या नव नवल नयनोत्सवा!

तेजाचे कण आपल्या प्रतिभा व अविरत प्रयत्नांनी साठवत काही व्यक्ती त्यांच्या जीवनकाळात इतक्या प्रकाशमान होतात की येणाऱ्या अनंत पिढ्या त्यांना विद्वान, महर्षी, पंडित अशी बिरुदं लावण्याचे सोपस्कार विसरून त्यांनी उजळवून टाकलेल्या वाटेवर मार्गक्रमण करतानासुद्धा धन्यता मानतात. बाजाचे जादूगार, रंगभूमीवरील व बोलपटातील नायक, गुरू व मैफल गायक, नाट्यसंगीत व चित्रपटसंगीत दिग्दर्शक, साहित्यिक व समीक्षक, संशोधक व मर्मज्ञ रसिक ही नुसती यादी वाचून 'व्यासंग' या शब्दाचा अन्वयार्थ लक्षात यावा अशा कै. गोविंद सदाशिव अर्थात गोविंदराव टेंबे यांच्या 'माझा संगीत व्यासंग'बद्दल आपल्याशी हितगूज करताना मला खूप आनंद होत आहे.

'किर्लोस्कर' मासिकात आलेल्या 'माझा संगीताचा व्यासंग' या लेखमालेतील हे लेख 'महाराष्ट्र राज्य साहित्य मंडळा'ने १९८४ साली 'माझा संगीत व्यासंग' नावाने प्रकाशित केलं. शंकरराव किर्लोस्करांची आटोपशीर प्रस्तावना व दुसऱ्या आवृत्तीला लाभलेली वामनराव देशपांड्यांची ममत्व, प्रांजळपणा आणि नि:पक्षपातीपणे लिहिलेली या दोन्ही प्रस्तावना गोविंदरावांच्या तेजाला न्याहाळण्यासाठीचे सुंदर झरोके आहेत. गोविंदरावांविषयी 'दिल बजता है, बाजा नहीं बजता' या 'फैयाज खाँसाहेबांच्या उद्गारातलं मर्म', 'गोविंदरावांचं असाधारण बुद्धिचातुर्य हेच की, मर्यादित कक्षेत का होईना, हार्मोनियममध्ये श्रेष्ठ दर्जाची 'गायकी' निघू शकते हे त्यांनी दाखवून दिलं', 'ज्या समंजसपणे असामान्य आणि सामान्य कलाकारांना ते ऐकत होते, त्यांच्या छोट्याशा गुणालाही दाद देत होते

आणि त्यांना मार्गदर्शन करत होते, तोच आदर्श आम्ही समोर ठेवणं जरूर आहे.' वामनरावांच्या या सर्व निवेदनात, 'बोला आदी झोंबीजे प्रमेयासी' ही किमया आहे.

'संगीत व्यासंगाची' लड वाचकांसाठी उलगडायला निमित्त होतं ते हार्मोनियम वादनाच्या कार्यक्रमादरम्यान विचारणा झाल्यावर गुरूचं नाव न सांगितल्यामुळे झालेली बोचरी टीका! गोविंदरावांचा जन्म ५ जून १८८१ चा. इंग्रजी दुसरीत म्हणजे अंदाजे आठदहा वर्षं वयात वर्गमित्राकडून ऐकलेली तान हुबहू गळ्यातून येण्यासाठी घरीदारी गुणगुणून ती आत्मसात केल्यानंतर गोविंदराव म्हणतात, 'ज्या गळ्यातील, वाद्यातील, चिजेतील किंवा पदातील जो भाग माझ्या वृत्तीला पटेल व मनात भरेल, तो अविश्रांत खटपटीने इतका आत्मसात करायचा की इच्छा होताच तो माझ्या सेवेला केव्हाही हजर व्हावा. हेच माझ्या व्यासंगाचे मर्म.'

लहानग्या गोविंदाचं कीर्तनाच्या निमित्ताने बाजाशी जुळलेलं सूत, वाद्याची कसलीही तांत्रिक वा सांगीतिक शैक्षणिक पार्श्वभूमी नसताना केवळ निरीक्षणाद्वारे बेधडक 'रामा रामा रघुत्तमा'ची केलेली संगत व त्याबद्दल कौतुकाऐवजी मिळालेल्या प्रसादाचं वैषम्य याचं मोल लक्षात यायला १८९०-९५ दरम्यानचा काळ व त्या काळी पेटीची अपूर्वाई ध्यानात घ्यावी लागते. दरम्यान, दोन-तीन वर्षांनी पाद्रीसाहेबांच्या ऑर्गन वरच्या काळ्यापांढऱ्या एकजात पट्ट्यांची दृष्टिभेट आणि त्याचा नाद व त्यावर गिरवलेले पहिलेवहिले धडे यांचा उल्लेख गोविंदराव 'स्मृतीवर कायमच्या कोरल्या गेलेल्या अवर्णनीय दृश्यां'मध्ये करतात. पुढे ही प्रगती पांडोबा यवतेश्वरकरांच्या मार्गदर्शनाखाली तीन बोटं, चार बोटं वापरण्यापर्यंत कशी झाली याचं वर्णन येतं. नंतर 'केदारसिंग प्रासादिक मेळ्या'च्या पदांची साथ. सरकारी वाड्यातील देवीपुढे हजेरी लावणाऱ्या संस्थानी गवयांची गाणी ऐकणं त्या दरम्यानच वडिलांशी व हार्मोनियम वादनाशी दिलजमाई होणं अशी सुरस हकीगत कळते

प्रत्येक प्रकरणानंतर त्यात आलेल्या लोकोत्तर व अति महत्त्वाच्या व्यक्तींचा परिचय टीपा देणं, हाही पुस्तकाचा एक स्तुत्य भाग म्हटला पाहिजे. 'वीरतनय' नाटकाच्या तालमीमुळे 'हार्मोनियम हा स्वतंत्र वादनविलासाचा साज' होण्याची जाणवलेली भावना, देवल क्लबचा इतिहास व कोल्हापूरच्या सांस्कृतिक वाटचालीतलं स्थान, गायक करत

असलेल्या बेछूट सरगमीचा घेतलेला समाचार (हा मुद्दा वादग्रस्त ठरू शकत असला तरी) व त्या काळचे नावाजलेले हार्मोनियम वादक भाचूभाई भांडारे यांच्या गोड हाताची व उपजत सौंदर्यदृष्टीची सारी मजा सांगणाऱ्या गोविंदरावांची शैली व प्रांजळपणा ही दाद देण्याजोगी आहेत. गोविंदरावांचा हा व्यासंग हळूहळू पं. बाळकृष्णबुवा इचलकरंजीकर, बाळकोबा नाटेकर, अंजनीबाई मालपेकर, वझेबुवा यांच्या मर्जीस उतरून रागदारी संगीतावर पोसला जाऊ लागला. त्यांनीच म्हटल्याप्रमाणे 'संगीताशी ज्यांचा थोडाफार संबंध - मग तो गायनाशी असो अगर वादनाशी असो - येणार असेल त्यांनी संगीत ऐकण्याची कोणतीही व कसलीही संधी दवडू नये, मग ते संगीत कसल्याही दर्जाचे असो. भिकाऱ्यांच्या गाण्यापासून ते नामांकित कलावंतांच्या गायनवादनात काहीतरी आपल्याला घेण्यासारखं असतंच.' ही मधुकर वृत्ती गोविंदरावांच्या यशाचं, त्यांनी उघड केलेलं गुपित म्हणूया. त्या वेळी सर्वसाधारणपणे गायल्या जाणाऱ्या रागांची प्रचलित नावंही गोविंदरावांनी आवर्जून दिली आहेत. या व्यासंगाला भूषणास्पद व्हावी अशी भास्करबुवा बखले यांच्या गाण्याची छाप, गायकीचा 'बांधेसूदपणा', विद्यादानाची प्रामाणिक आस, बुवासाहेबांचा गोविंदरावांना लाभलेला सांगीतिक सहवास, स्नेह यांचं हृद्य वर्णन लेखनाची शोभा वाढवतं.

ठुमरी सम्राट मौजुद्दीन खाँसाहेब वा पेटीवादक गणपतराव भैयासाहेब असोत, ज्या खुबीने त्यांच्या गायनवादनातील कौशल्यं गोविंदरावांनी वादनात उतरवली ती काकणभर सरसतेने लेखनातही उतरवली म्हणणं वावगं ठरणार नाही. मध्येच गायकीच्या सरगम आणि तराणे अंगांवर, हार्मोनियममधून मींड न निघू शकण्यावर गोविंदराव त्यांची स्पष्ट व परखड मतं नोंदवतात. भूगंधर्व रहिमतखाँसाहेब यांच्या अद्वितीय गाण्याविषयी गोविंदराव साक्षेपाने लिहितात. रेडिओसंदर्भात मात्र त्यांना अढी असण्याचं कारण कळण्यास वाव नसला तरी गोविंदरावांनी बाजाच्या संवर्धनासाठी जी डोळस मेहनत वादनात प्रत्यक्ष गुरू नसतानाही घेतली ती अजोड आहे. त्यांच्या बहुश्रुततेला सर्व बाजूंनी तगडी रसद मिळावी त्याप्रमाणे त्या काळी संगीतसम्राट अल्लादियाँ खाँसाहेब (गोविंदरावांचे परात्पर गुरू), अब्दुल करीम खाँसाहेब, मंजीखाँ असे असंख्य सूर्य आकाशात तळपत होते. अब्दुल करीम खाँसाहेबांच्या चरित्रकारांना, खाँसाहेबांच्या गौरवाचे प्रसंग

'दिवंगत झालेल्या मान्यवर कलावंतांना कमीपणा न आणता, सत्याची व शक्यतेची चाड बाळगून व लोकांना खरे वाटतील अशा तारतम्याने वर्णावेत' असं सुनावताना किंवा 'प्रत्येक म्युझिक सर्कलने वर्षाकाठी आठच जलसे करून उरलेल्या तीनचार जलशांच्या रकमेची जी बचत होईल त्यातून एकदोन लायक विद्यार्थ्यांना संगीताचे खास शिक्षण उपलब्ध असलेल्या निरनिराळ्या घरंदाज गवय्यांकडून घेण्याकरिता शिष्यवृत्ती द्यावी', अशा सूचनांतून गोविंदरावांचे सदसद्‌विवेकाचं अधिष्ठान किती पक्कं होतं याची आपण कल्पना करू शकतो. 'माझा संगीत व्यासंगा'ची खरी दौलत मात्र गोविंदराव व भास्करबुवा यांच्यातील रेशीमबंध आहेत असं वाटतं. भास्करबुवांचे गुरू नथ्थनखाँसाहेब यांच्याविषयीही गोविंदराव लिहिताना आदर, भावना, कर्तृत्व व तारतम्य यांचा उचित मेळ साधतात.

एकूण लक्षात घेता, या ऐवजाचं मोल, 'माझा संगीत व्यासंग', संगीत वैभवात गोविंदरावांमुळे पडलेली भर, व त्यांच्या लेखनसंपदेचं अव्वल साहित्यात झालेलं रूपांतर असं तिपेडी आहे. 'त्या वेळच्या माझ्या संगीताला तीन बोटे पुरेशी होती. उरलेली दोन बोटे स्वर्गाची उंची मोजण्याकडे लावता आली असती', 'नरामध्ये आणि वानरामध्ये जेवढा सजातीय भाग असतो तेवढाच भाऊरावांच्या आणि आम्हां इतरांच्या पदांमधे असे', 'लग्नच नाही झाले तिथे सोडचिठ्ठी कुठे देणार' या विधानांनी विनासायास साधलेला नर्मविनोद व बाजाप्रमाणे लेखनशैलीचा स्वयंभू बाज 'माझा संगीत व्यासंग' संगीत रसिक, अभ्यासक व साहित्यप्रेमींना येणारा अनंत काळ तृप्त करत राहील यात शंकाच नाही.

**

१६
आवर्जून अभ्यासावी
अशी थोरवी

शास्त्रीय संगीतासारख्या अमूर्त कलेला जाणून घेण्यासाठी, तिचं आकलन होण्यासाठी व तिची साधना करण्यासाठी गुरूचं अस्तित्व अनिवार्य आहे. काही शिष्य अर्जुनाचं तर काही एकलव्याचं संचित घेऊन येतात. रूबरू तालीम व सहवास यांचं माहात्म्य वादातीतच, पण त्यातील मर्यादांवर आपल्या लेखणीने मात करणाऱ्या संगीततज्ज्ञांमध्ये प्रो. बी. आर. देवधर यांचं कार्य अग्रगण्य आहे.

१९७३ साली आलेल्या प्रो. बी. आर. देवधरांच्या 'थोर संगीतकार' या पुस्तकात १९४८ ते १९५८ दरम्यान त्यांनी लिहिलेल्या 'संगीत कलाविहार'मधील निवडक व्यक्तिचित्रांचा संग्रह आहे.

मिरज येथे ११ सप्टेंबर १९०१ रोजी जन्मलेल्या देवधरांची ओळख संगीत जगतात गायक, संगीतज्ञ गुरू अशी आहे. १९६४ साली मिळालेल्या 'संगीत नाटक अकादेमी' फेलोशिप, १९७६ साली हिंदुस्थान सरकारच्या 'पद्मश्री' सन्मानांनी त्यांचा यथोचित गौरव झालेला आहे. ग्वाल्हेर, किराणा, आग्रा, जयपूर, पतियाळा या सर्वच घराण्यांतील बुजुर्गांकडून तालीम व सहवास लाभल्यामुळे गाण्यातील सहिष्णुता व नजर विस्तारायला त्यांच्या मूळच्या चिकित्सक प्रवृत्तीने हातभार लावला असणार, हे सांगणं न लगे.

पुस्तकाला लाभलेली पु. लं. देशपांडे यांची प्रस्तावना देवधरांच्या सम्यक दृष्टीशी वाचकांचा परिचय करून देण्यात साहाय्यक ठरते. 'या महान कलाकारांना ऐकण्या वा पाहण्याचा योग न आलेले संगीत रसिक

त्यांना ते दर्शन घडवल्याबद्दल धन्यवाद देतील. तर ज्यांनी त्यांना पाहिलं आणि ऐकलं आहे त्यांच्या आठवणी उचंबळून येतील.' पु. लं. चा उद्देश भावी पिढीतील अभ्यासू व रसिकांनी संगीताच्या वारीतील ही तीर्थक्षेत्रं देवधरांच्या मार्गदर्शनाने पाहावीत असाच असावा. गायनाचार्य पं. बाळकृष्णबुवा इचलकरंजीकर यांच्यापासून पुस्तकातील लेखमालेची सुरुवात होते. आपल्या गायनकलेने आकाशाला गवसणी घालणाऱ्या मागच्या पिढीतील सर्वच कलाकारांच्या विधिलिखितात मात्यापित्यांचं छत्र हरपणं, दुर्बल आर्थिक परिस्थितिजन्य अडचणी, दुर्दम्य इच्छाशक्तीमुळे अथक परिश्रमांची तयारी, गुरूची कृपादृष्टी लाभेपर्यंत ससेहोलपट इत्यादी वक्री स्वरांची खैरात झालेली दिसते.

बाळकृष्णबुवांनीही देवजी बुवा, महंमद खाँसाहेब, वासुदेवराव जोशी यांच्याकडून तालीम हासील केली. डाव्या हाताने स्वतःच डग्गा वाजवून व उजव्या हातात तंबोरा घेऊन ते तासन्‌तास मेहनत करीत किंवा एकदा त्यांना सांगलीच्या उत्सवात चांदीच्या रुपयांत मिळालेली बिदागी मोजण्याची लहर आली. एकदा रुपये पन्नासपेक्षा जास्ती झाले तर एकदा कमी भरले. तेव्हा त्यांनी तो नाद सोडत आपल्या विद्यार्थ्याला सांगितलं. 'हे रुपये मोजून घे. जास्त असतील तर परत कर. कमी असतील तर मागून घे.' अशा स्वच्छ मनाचं प्रतिबिंब दाखवणाऱ्या अस्सल गाण्यामुळे अल्लादियाँ खाँसाहेब, अब्दुल करीम खाँसाहेब, भास्करबुवा बखले, रामकृष्णबुवा वझे ही मंडळी बाळकृष्णबुवा सभेमध्ये आल्यावर उठून उभी राहत. त्यांनी घडवलेल्या शिष्यांमध्ये पुत्र अण्णाबुवाही होते, ज्यांच्या अकाली निधनाने बुवांची विद्याही निवर्तली. दिग्विजयी पं. विष्णू दिगंबर पलुस्कर हेच त्यांच्या कलातपस्येचं स्मारक होय.

पेचदार गायकीचे उद्‌गाते मरहूम अल्लादियाँ खाँसाहेबांवरील दुसरा लेख जयपूर गायकीचा उगम व आजपर्यंत ज्या संगीतकारांविषयी संगीत जगतात गूढ आकर्षण टिकून आहे अशांपैकी एक म्हणजे स्वतः अल्लादियाँ खाँसाहेबांविषयीचा. तो त्यांच्या संदर्भातल्या प्रवादांचाही त्यांच्या गायकीतील सौंदर्यस्थळाइतकाच न्याय्य परामर्ष घेतो. खाँसाहेबांना प्रत्यक्ष ऐकलेल्यांबद्दल लिहिताना देवधर हे भक्तीचा मळा फुलवणाऱ्यांपैकी नसून त्यांच्या गायनी कळा व त्यांची कारणमीमांसा निःपक्षपणे मांडतात. चुलते जहांगीरखाँ यांच्याकडून मिळालेली धृपदधमाराची तालीम, मुबारक अल्लीखाँची हुकलेली

तालीम, पुढे आवाज बसल्यानंतर मूळच्या गायकीला दिलेलं वळण व मैफिलीतील मांडणी, शिष्यांमार्फत गायकीचा प्रसार हे सर्व आदर व तथ्य यांचा मेळ दाखवून सांगता येणं, यात देवधराचं यश आहे.

यानंतरच्या लेखाच्या स्थानावरूनही पं. वि. ना. भातखंडे यांच्या भगीरथ कार्याची महती पटावी. गुरू गायनविद्येचा प्रसार करताना गायनप्रस्तुती व तालीम या दोन मुख्य मार्गांचा अवलंब करतो. मात्र प्रत्यक्ष मैफल गायक व्हायचं या उद्देशाशी फारकत घेऊन संगीत कलेची जोपासना केवळ गवय्यांसाठीच नाही तर संलग्न कला शाखांतील विद्यार्थी, जाणकार, रसिकांसाठी कायमस्वरूपी असावी म्हणून शास्त्राधार व प्रचलित कलास्वरूप यांचा मेळ घालणारे मौलिक ज्ञान ग्रंथरूपाने प्रसिद्ध करणं, त्यासाठी पदरमोड करणं, प्रसिद्धिपराङ्गमुखता, वाट्याला येणाऱ्या टीकेची झोड वागवत आपलं कार्य सुरू ठेवणं याचा आदर्श म्हणजे 'हिंदुस्थानी संगीत पद्धती' 'क्रमिक पुस्तक मालिका' यांचे भगीरथ कार्य करणारे पं. वि. ना. भातखंडे यांचा प्रसंगी तऱ्हेवाईकपणाचा अनुभव घेऊनही त्या मागची कळकळ, संशोधनवृत्ती व सच्चा माणूस याचा देवधरांनी करून दिलेला परिचय मननीय आहे.

'थोर संगीतकार' हे पुस्तक देवधरांनी ज्या दोन आदरणीय संगीतकार गुरूंना अर्पण केलं आहे त्यांपैकी एक प्रो. जिओवानी स्क्रिंझी यांच्यावरचा लेख 'मर्मबंधातली ठेव' असल्याप्रमाणे उतरला आहे. विष्णू दिगंबरांच्या अनुज्ञेने पाश्चात्त्य संगीतासाठीची शिष्यवृत्ती देवधरांना मिळणं व त्यानंतर गणितज्ञ, संगीतकार, रचनाकार प्रो. स्क्रिझींचा गुरू म्हणून सहवास मिळणं यामुळे देवधरांच्या पाश्चात्त्य संगीत अभ्यासाचा पाया सखोल झाला व स्क्रिंझीच्या शिक्षण पद्धतीमुळे वाद्य हाताळण्याची रीत, भावनामय संगीत, आवाज बनवण्याचं शास्त्र यांतील हिंदुस्थानी संगीतात दुर्लक्षिले जाणारे अनेक पैलू देवधरांनी आत्मसात केले. 'सर्वच ज्ञान एकाच व्यक्तीत अगर घराण्यात साठवलेलं नसतं तर अनेक ग्रंथांतून व गुरुजनांकडून ते मिळवायचं असतं, ही गोष्ट प्रो. स्क्रिझी यांनीच माझ्या ध्यानात आणून दिली.' देवधरांनी संगीतातील घराणी किंवा भिन्न संगीतपद्धतींमधील आपपरभाव किती तकलादू आहे हे सांगण्यासाठी घातलेलं इतकं अंजन संगीत रसिक व अभ्यासकांसाठी पुरेसं आहे.

**

१७
थोरवीचे उत्तररंग

आज कदाचित फक्त वाद्यांच्या म्युझियममध्ये 'बीन' हे वाद्य पाहून व बीनकार मुरादखाँ यांच्यावरील लेख वाचून हळहळण्याशिवाय पर्याय उरत नाही. हिंदुस्थानातील पूर्वापार प्रचलित असलेल्या बीन या वाद्याशी आपलं संचित जोडणाऱ्या अवलिया मुराद खाँ यांच्या वादनाचा बाज, बीन वादनाविषयी पं. भातखंडे यांची परखड मतं, 'बीन' इतकंच सतारीवरील प्रभुत्व आणि वाद्याइतकाच स्वभावातील गोडवा यांचं देवधरांनी घडवलेलं दर्शन अमूल्य आहे.

गायनाचार्य भास्करबुवा बखले यांची अद्वितीय गायकी अजाणत्या वयात ऐकणारे प्रो. देवधर जेव्हा त्यांच्याबद्दल लिहितात तेव्हा त्याचा आशय वेगळाच डौल घेऊन प्रकट होतो. भास्करबुवांच्या शिक्षणपद्धतीची प्रामाणिक माहिती देणारे शिष्य बळवंतराव कर्वे, ताराबाई शिरोडकर, गोविंदराव टेंबे, पं. दिलीपचंद्र बेदी, पं. रमेशचंद्र ठाकूर यांना बोलतं करण्याचं कसब देवधरांना साधतं. शिवाय प्रत्यक्ष भास्करबुवांच्या पत्नीकडूनच फैजमहमद खाँ, नथ्थन खाँ व अल्लादियाँ खाँसाहेबांकडून भास्करबुवांना मिळालेल्या तालमींचे तपशील कळतात.

मैहर घराण्याचे उस्ताद अल्लाउद्दीन खाँ आणि उस्ताद अलीअकबर खाँ (सरोद), अन्नपूर्णादेवी व पं. रविशंकर (सतार) आणि असंख्य ज्ञानपिपासूंना विद्यादान करणाऱ्या या तपस्वीने व्हायोलीन, सतार, सरोद, क्लॅरिओनेट सूरबहार हे साज व विद्या कशी आत्मसात केली याचं विस्तृत वर्णन वाचून खाँसाहेबांच्या साधनेपुढे प्रथम नतमस्तक व्हावं की देवधरांच्या

किंचितही अभिनिवेश नसणाऱ्या प्रांजळ लेखणीला याचं श्रेय द्यावं अशा विचारात मी आहे.

गाण्याबजावण्यात 'मजा आला' या अनुभूतीचं मोल सर्वश्रेष्ठ आहे व त्यासाठी सोसावी लागणारी झळ हा घटक साधारण संगीत विद्यालयात शिकवलं जाऊ लागल्याच्या काळापर्यंत बहुतेक सर्व कलाकारांच्या बाबतींत तपशिलाच्या फरकाने पण समानरीत्या आढळतो. मोठ्या ख्यालात एखादी उपज सुरू केली की त्यात ते इतके रंगून जात की तालाची पाच-सहा आवर्तनं झाली तरी समेवर जाण्याची शुद्ध राहत नसे. 'काल रात्री रहिमतखाँ यांचा स्वर कोणता होता?' 'काळी तीन'. त्यावर बुवासाहेब म्हणाले, 'तर मग माझे तंबोरे अर्धा स्वर जास्त म्हणजे पांढरी पाचमध्ये जुळवा.' 'या वाद्याला हार्मोनियम म्हणतात, आम्ही याला बेंडबाजा म्हणतो' किंवा 'खवैय्या सो गवैय्या' ही म्हण म्हणून पुढे आलेल्या पक्वान्नांवर ते यथेच्छ हात मारीत, हे वाचून विक्षिप्तपणा व कलेतील डूब यांचा परस्परसंबंध शोधून पाहावा असा मोह आवरून देवधरांनी उभा केलेला पांडित्यपूर्ण सच्चा माणूस लाजवाब!

संगीतयात्रेतील प्रत्येकाने ऋणी असावं असं व्यक्तिमत्त्व म्हणजे पं. विष्णू दिगंबर पलुस्कर. अतिशय आब राखून लिहिलेला हा लेख देवधर आणि पलुस्कर यांच्या परस्पर बंधाविषयी किंवा एकूणच अधिक विस्तृत होऊ शकला असता; पण गुरुप्रती दाटून आलेल्या भावनांपुढे शब्द थिटे पडतात हेच खरं!

देवधरांच्या 'थोर संगीतकार'मधील दहावा लेख किराणा घराण्याचे अध्वर्यू अब्दुल करीम खाँसाहेबांबद्दल आहे. खाँसाहेब गोबरहार बाणीची गायकी अर्थात करुण किंवा शोकरसपूर्ण गायकी गात. १८७२ साली जन्मलेल्या खाँसाहेबांनी वडील कालेखाँ व चुलते अब्दुल्ला खाँ यांच्याकडून तालीम घेतली. देवधर पाच वर्षांचे असताना ऐकलेल्या अब्दुल करीम खाँसाहेबांच्या गायनाचा परिणाम म्हणून त्यांनी संगीत हेच आयुष्याचं ध्येय ठरवलं यात बराच आशय दडलेला आहे. खाँसाहेबांच्या गायकीची खासियत, त्याची उदंड विस्तारलेली शिष्यशाखा या ज्ञात गोष्टींपलीकडील 'आर्य संगीत विद्यालया'चे संस्थापक, मुक्तकंठाने विद्यादान करणारे, कणयुक्त गायकी महाराष्ट्रात रुजवणारे, मिरज सांगलीकडील ताशेवाले, बँडवाले यांना उरुसात बोलावून त्यांच्या चढाओढी लावून स्वखर्चाने पारितोषिक

देणारे खाँसाहेब, शिकारीचा शौक असणारे खाँसाहेब वर्णिताना देवधरांच्या लेखणीनेही हात आखडता घेतलेला नाही.

खाँसाहेब रजब अली खाँ (१८७५-१९५९) म्हणजे 'विद्वत्ता, कलेतील कसब, औदार्य व विक्षिप्त, लहरी स्वभाव. पैशाबद्दलची बेफिकिरी, कपड्यांचे व अत्तरांचे शौकीन' अशा तान्याबान्याने जमलेला एक अनोखा पट! संगीतसम्राट अल्लादियाँ खाँसाहेबांच्या गाण्याशी ज्यांची तुलना केली गेली, संगीत क्षेत्रातील एकमेव गणला जावा असा खटला ज्यांच्याविरुद्ध लढवला गेला व पं. वि. ना. भातखंडे यांनी प्रतिवादीतर्फे लढून त्यांना या गंडांतरातून बाहेर काढलं असे वल्ली देवधरांसमवेत भेटतात. तेव्हा वाचकांसाठी तो सोहळाच होतो. दिल्लीच्या संगीत नाटक अकादेमीने रजबअली खाँसाहेबांचं गाणं जतन केलं आहे हा एक प्रशंसनीय भाग.

'थोर संगीतकार'मधील हृदयस्पर्शी कथा म्हणून म्हणता येईल ती म्हणजे मिरजेच्या पं. वामनबुवा चाफेकरांवरील लेख. देवधरांचा 'शापित गंधर्व' हा उल्लेख सुरुवातीच्या दोन स्वरांत गायकाने राग उभा करावा अशा ताकदीचा आहे. आवाजाची ईश्वरी देणगी, तानेतील सहजपणा, आत्यंतिक सुरेलपणा, लयकारीवर प्रभुत्व याचबरोबर पं. बाळकृष्णबुवांची तालीम, कोणालाही न तालीम दिलेल्या अशा ठुमऱ्यांचा साठा जे पं. बाळकृष्णबुवा केवळ आत्मसुखासाठी गात एवढी पुंजी असूनही दुर्दैवाच्या फेऱ्यामुळे मिरजेची वेसही न ओलांडलेल्या वामनबुवांचा प्रवास क्लेशकारक आहे. १९३४ साली श्रीमंत बाळासाहेब मिरजकरांच्या ज्युबिली समारंभात पं. वामनबुवांचा मुलतानी असा काही असर करून गेला की त्यानंतर खाँसाहेब अब्दुल करीम खाँसाहेबांना रंग न जमवता आल्यामुळे पंधरावीस मिनिटांत गाणं आवरतं घ्यावं लागलं, यावरून बुवांचं संगीतातील अढळपद लक्षात यावं.

**

१८
नादब्रह्मातील संचित

मुबलक संगीत कानावर पडत असताना त्यातल्या वलयांकित व गुणी, सिद्धहस्त, क्वचित यशाचं माप पदरी न पडलेल्या, प्रतिभावान कलाकारांविषयी लिहून देवधरांनी सांगीतिक दस्तऐवजात 'न भूतो न भविष्यति' अशी भर घातलेली आहे. यांपैकी एक म्हणजे सारंगीनवाज उस्ताद बुंदूखाँ. 'गंडा बांध तर विद्या देतो' याच्या पलीकडेही काही अवलिये होते जे लायक विद्यार्थी दिसताच स्वत:जवळील भांडार विनासंदेह रिते करीत. देवधर व बुंदूखाँ यांचा योग अशा धर्तीचा असावा. 'जी रसनिष्पती एका स्वराने होते, तेथे दोन स्वर खर्च करायचे नाहीत', 'एक सुद्धा मुरकी न घेता अस्ताई म्हणणं', 'चुना चुनी, डावपेच फुलबाजा, चीत्कारसारख्या तानांची माहिती', 'गायकाची बैठक व आविर्भाव', 'आडाचौताल मध्ये तालाच्या झोकाने कसे फिरावे' अशा अनेक गोष्टी सप्रयोग शिकवतानाचे खाँसाहेब देवधरांच्या लेखणीतून पाहणं नि:संशय आनंददायी होतं.

आफताब-ए-मौसिकी उस्ताद फैयाज खाँसाहेब हे ज्ञात गवय्यांपैकी 'हालअपेष्टा, खडतर गुरुसेवा, शेवटी यश' या त्रिकुटाला सर्वस्वी अपवाद ठरलेले, वडिलांकडून 'रंगीले' या प्रसिद्ध रचनाकाराचे पणतू व आईकडून आग्रा घराण्याचे संस्थापक 'घग्गे खुदाबक्ष' यांचे पणतू लागत. घरंदाज तालीम, तत्कालीन महर्षींचं गाणं ऐकण्याचं भाग्य याला फैयाज खाँनी मेहनत, सौंदर्यसृष्टी यांची जोड देऊन धृपद-धमारपासून ख्याल, ठुमरी, गझल या सर्वांच्या आधारे 'चौमुखी गवई' अशी मजल मारली. 'प्रेमपिया' नावाने रचलेल्या मोजक्या बंदिशी व आग्रा घराण्याच्या

गायकीला चढवलेला कळस येणाऱ्या पिढ्यांसाठी ठेवणाऱ्या फैयाज खाँसाहेबांचे संचित फार मोठं आहे.

प्रो. स्क्रिझींसोबत देवधरांनी ज्या ऋषितुल्य गुरूला अर्पण केलं आहे ते पं. खाँसाहेब सिंदेखाँ. या लिखाणातली खेच अशी आहे की वाचून सुन्न होण्याखेरीज दुसरा पर्याय नसावा. देवधरांनी बाबा सिंदेखाँकडून बंदिशी शिकताना निवडलेला नोटेशनचा पर्याय, त्यावरील स्वत: देवधरांचे चिंतन, खाँसाहेबांच्या तालमीविषयी-पूर्वजांविषयीचं कथन, सिंदेखाँच्या गायकीचे 'लयकारीचे जोर, कण भरण्याची तऱ्हा, समेवर बोल पकडून येण्याची रीत, चीज भरण्याची शैली' हे विशेष व त्यांच्या अद्वितीय मैफिलीची साक्ष देणारे लोक या सर्वाला विशेषण चिकटवण्यापेक्षा इथं अवकाश घेणं मला अधिक समर्पक वाटतं.

'सूरश्री बाई केसरबाई' हा एकमेव लेख मुलाखतीच्या स्वरूपात आलेला आहे. केसरबाईंचं शिक्षण, अल्लादिया खाँसाहेब व त्यांचे ऋणानुबंध, काही रागांवरील केसरबाईंचं विवेचन हे सर्व वाचल्यावर मोगूबाईंनी म्हटल्याप्रमाणे 'खाँसाहेबांचे ह्या स्मारक. गुरुभगिनी केसरबाई आहेत तोवर त्यांचं थोडेबहुत स्मारक दिसत आहे', यातील सार्थकता लक्षात येते.

अलाहाबाद परिसरातील ख्यातकीर्त असलेले पं. भोलानाथ भट्ट यांच्याविषयी लिहून देवधरांनी रसिकांना उपकृत केलं आहे. केवळ यशात परिवर्तित झालेल्या गुणवत्तेचे, ज्ञानाचे आलेख न मांडता संगीतसाधनेत हयात वेचलेल्या अभागी कलाकारांचा केलेला उचित सन्मान हे 'थोर संगीतकार'चं फार मोठं यश आहे. खाँसाहेब बडे गुलामअली खाँ यांच्या सौंदर्यपूर्ण गाण्याचं, त्यांच्या मनस्वी कलंदर वृत्तीचं आणि देवधरांशी जुळलेल्या स्नेहाचं वर्णन परिपूर्ण आहे व हिंदुस्थानी संगीतात कणयुक्त स्वरांचं महत्त्व, आवाजाचा लगाव, साधे ते बिकट गुंतागुंतीचे पलटे, मशिदीबाहेरचा रियाझ हे सर्व सांगताना खाँसाहेब कुठलाही अभिनिवेश बाळगत नाहीत. आज इतक्या वर्षांनंतरही खुद्द कलाकारांमध्ये 'बडे गुलामअली खाँसाहेबांच्या' गाण्याचं असलेलं गारूड समजावून घ्यायला देवधरांचा लेख मोलाची मदत करेल.

आज इलेक्ट्रॉनिक तानपुरा व मोबाईलवरील तानपुरा; (application) ॲपच्या जमान्यात दोन तानपुऱ्यांत बसून गायची मजा ज्यांना अनुभवता

आली अशा समस्त कलाकार व रसिकांतर्फे 'महाराष्टातील तंतुवाद्याचे आद्य प्रवर्तक मरहूम फरीदसाहेब सतार मेकर' हा लेख लिहिल्याबद्दल देवधरांचं अभिनंदन करते. साधारण १९४५-५० चा काळ. तंबोऱ्यासाठी लागणाऱ्या लाख, पॉलिशपेपर, भोपळा, रंग यांची जुळवाजुळव, जव्हारी खोदण्याची कला व त्यात लगन ठेवून वाद्यनिर्मितीत मिळालेलं नैपुण्य हे वाचून आगळ्या तऱ्हेने नादब्रह्माची उपासना करणाऱ्या फरीदसाहेबांना लाख सलाम!

सरधोपट आयुष्यात स्वेच्छेने 'अश्वविद्या विशारद', हद्दू खाँसाहेबांकडून कष्टपूर्वक खानदानी तालीम हासील करणारे, हिंदुस्थानातील पहिल्यावहिल्या सर्कशीचे मालक आणि भूगंधर्व रहिमतखाँसाहेबांना बनारस येथून आणून महाराष्ट्रास त्यांच्या गाण्याचा लाभ करून देणारे पं. विष्णुपंत छत्रे यांच्या विषयीचा लेख वाचताना आश्चर्योद्गार काढायचं भानही राहत नाही. स्वत: धृपद, धमार, ख्याल यांत अस्सल तालीमदार असूनही अधिक मैफली मारण्यापेक्षा त्यांनी भूगंधर्वांची देखभाल केली, त्या विष्णुपंत छत्रे यांना अभिवादन!

गायन, सारंगी व तबला या तिन्हींत महारत हासील केलेले लयभास्कर खाप्रूमामा उर्फ लक्ष्मणराव पर्वतकर हे 'थोर संगीतकार' देवधरांनी उलगडलेले अखेरचे अवलिया! प्रा. बी. आर देवधरांची बहुश्रुतता, गुणांची पारख आणि उदार दृष्टिकोन यांचा परिपाक म्हणजे 'थोर संगीतकार' होय. संगीताच्या या महासागरामध्ये आपले भाग्य ठरल्यावर निष्ठेने मार्गक्रमण करून मजा देणं-घेणं याचे सर्वोत्कृष्ट दाखले देणारे हे पुस्तक जरूर वाचावं.

याचाच पुढचा भाग म्हणून देवधरांचं 'थोर संगीतकारांची परंपरा' हेही अभ्यासक व रसिकांना पर्वणीच आहे.

**

१९
स्मृति–संगीत

कलाकारांनाही सामान्य माणसाप्रमाणे लौकिक किंवा सृजनप्रक्रियेसंदर्भात असंख्य विवंचना भेडसावत असतात. मात्र मनस्वी कलाकारांचे पीळ उलगडायला समोरची व्यक्तीही कलोपासक, आस्वादक म्हणून श्रेष्ठ दर्जाची लागतेच, माणूस म्हणूनही अस्सल लागते. असे हे कलाकारांचे 'हे हृदयीचे ते हृदयी' 'विश्रब्ध शारदे'त वाचताना नारायणरावांनी अर्थात बालगंधर्वांनी ज्या सीताकांत लाडांकडे 'मी अजूनही व्हिस्परमधे बोलतो, घशातून आवाज सूरसुद्धा निघत नाही. हा माझ्या दुर्दैवाचा खेळ आहे.' किंवा 'आता मी म्हाताराच दिसतो, परंतु अजून नाटकाला लोक येतात' अशी व्यथा उघड केली त्या बालगंधर्व व सीताकांत लाड यांच्या ममत्वाविषयी आणि पर्यायाने सीताकांत लाड या वल्लीविषयी माझं कुतूहल जागं झालं. 'विश्रब्ध शारदे'च्या याच पत्रसंग्रहात आणखी एक हृद्य पत्र म्हणजे बाई सुंद्राबाई यांचं, ज्यांनी असामान्य गुणांच्या बळावर आपल्या गायनाने भास्करबुवा बखले, बालगंधर्व, मास्तर कृष्णराव यांचा लोभ संपादन केला त्या आपल्या 'अंतरीचे धागे' प्रकट करताना याच सीताकांत लाडांना म्हणतात, 'ऑल इंडिया रेडियोत मी पंचवीस वर्षं नोकरी करते, पण मला एकही प्राणी आढळला नाही की एवढं अगत्याने घरच्यासारखे कोणी बोटभर चिठ्ठी पाठवली असेल. परवा दादा गंधर्व रेडियोत भेटले. मला फारच आनंद झाला, जसा माझा पाठसखा भाऊच भेटला.'

असे हे सीताकांत लाड पुणे आकाशवाणीवरून १एप्रिल १९५५ ते १९ एप्रिल १९५६ दरम्यान प्रसारित झालेल्या बाबूजी व गदिमांच्या

अजरामर 'गीतरामायण'चे कार्यकारी निर्माते म्हणून महाराष्ट्राला अधिक परिचित आहेत.

संगीतात ग्वाल्हेर, आग्रा, जयपूर, किराणा इत्यादी घराणी आपण जाणतोच, पण यात संगीत जोपासनेला ज्या घराण्याने सर्वाधिक हातभार लावला ते म्हणजे 'गुणग्राहक घराणे', ज्याचा वारसा सांगणारे सीताकांत लाड हे बहुश्रुत रसिकाग्रणी व्यक्तिमत्त्व होय. घरामध्ये लहान वयापासून अनुभवलेला कलाकारांचा राबता, अनौपचारिक मैफिलीतले अस्सल सूर, कलाभान जागृत होण्यासाठी ऐकलेल्या चर्चा, कलाकारांच्या स्वभावातील कंगोरे ही पुंजी मिळालेल्या लाडांनी त्यात आपल्या दिलदार वृत्तीने व आकलनाने घातलेली भर याचं ओघवत्या रसवंतीत केलेलं वर्णन म्हणजे 'स्मृति-संगीत' हे होय. २००१ साली कॉन्टिनेन्टल प्रकाशनातर्फे आलेल्या या पुस्तकात सीताकांत लाड साधारणपणे १९३० पासून संगीत साहित्यातील सुवर्णकाळ तारतम्याने, आत्मीयतेने व रंजकपणे मांडतात.

पुस्तकातील 'मुक्काम भटवाडी' या पहिल्या प्रकरणात लाड गिरगावातील भटवाडी म्हणजे 'विद्या-वाङ्मय-कला-संस्कृती' 'इथे काही न उणे' अशा दिमाखात गजबजणारं सांस्कृतिक केंद्र म्हणून ज्याचा उल्लेख करतात, ते किती साधं होतं याचा प्रत्यय पंचवीस पानांतच येतो. सीताकांत लाडांचे वडील चित्रकार गणपतराव लाड त्यांच्या गोतावळ्यात स्नेही वामन दुभाषी, स्तंभलेखक वसंत नारायण नाईक, दुभाषींचा उमदा दिलदार स्वभावाचा नातू पुरुषोत्तम लक्ष्मण देशपांडे, आद्य श्रीकृष्ण चित्रकार चिंतामण विनायक वैद्य, लागूंच्या ब्लॉकमध्ये र. धों. कर्वे, ज्ञानयोगी न. र. फाटक, वकील प्रल्हादाचार्य गजेंद्रगडकर असे भटवाडीकर, शिवाय नाक्यावरच्या दोन देवळांमुळे अविरत चाललेलं उद्बोधन व कीर्तन यांचं वर्णन माझ्यासारखीला हेवा करावंसं वाटतं. जरा समोर संगीताचं तीर्थस्थान मानली जाणारा लक्ष्मीबाग व त्या निमित्ताने संगीतसम्राट अल्लादियाँसाहेब, गायनाचार्य वझेबुवा, मेनकाबाई शिरोडकर यांच्या बैठकीच्या मेजवान्या, राजा राममोहन शाळेतील कलाप्रेमी वातावरण, मॅजेस्टिकचे मूकपट ते पेंटरांचे बोलपट, बालगंधर्व व नाट्यसंगीताचा उत्कर्षकाळ या सगळ्यांचे जरतारी संस्कार जपत बारीकसारीक व्यक्तिविशेषांनी वाचकांना नजरबंद करण्याचं कसब पहिल्याच प्रकरणाने खासच गाठलं आहे.

'न मिळे अशी मौज पुन्हा' या दुसऱ्या प्रकरणात स्मृतीतील संगीत वेगवान होते. अनंत काणेकर, मो. ग. रांगणेकर व डॉ. ग. य. चिटणीस त्रयीचे साहित्यिक सदर, 'नाट्यमन्वंतर'ची जडणघडण, स्वातंत्र्य संग्रामाच्या नौबती यांचं वर्णन करताना लाड म्हणतात, 'काळ विविधांगी संक्रमणावस्थेचाच होता. लोकाभिरुची जीवनाच्या वास्तवतेतील कलेच्या रंजकशक्तीची वाट पाहत होती.' 'धर्मात्मा' सिनेमानंतर बालगंधर्वांच्या माध्यमप्रणीत इतराजीमुळे तुकारामाची तंबुरी विष्णुपंत पागनीसांच्या हाती जाणे, एल्फिन्स्टन महाविद्यालयातील प्रवेश, त्यातील वाङ्मय मंडळाच्या स्नेहसंमेलनातील ना. सी. फडक्यांचं 'ललित वाङ्मयाचे ध्येय' हे अध्यक्षीय भाषण, मंजीखाँ साहेबांच्या गायकीचा व मैफलीचा वृत्तांत, 'मौज-सत्यकथे'च्या दालनातील पु. भा. भावे, गंगाधर गाडगीळ, अरविंद गोखले, व्यंकटेश माडगूळकर, के. ज. पुरोहित, दि. बा. मोकाशी यांची हजेरी. त्यांच्याच तोडीला मित्रवर्य मनोहर मणेरीकरांच्या सहवासाने इंग्रजी पुस्तकं व बोलपटांची लागलेली गोडी हे सर्व वाचताना आपली स्थिती त्यांनीच वर्णन केल्याप्रमाणे 'पुष्पाविण येई वास वाऱ्याविण चाले श्वास, सुकलेली विश्वे भिजली' अशी होते.

बालगंधर्वांच्या गायक व व्यक्ती म्हणून घेतलेल्या परामर्शाला तर तोडच नाही. इथं लाड म्हणतात. '१९०५ पासूनच्या चाळीस वर्षांत शास्त्रीय संगीताच्या प्रत्यक्षाप्रत्यक्ष पाठबळावरील तपस्येत बालगंधर्वांनी आपल्या नाट्यगायनाने अशी जादू निर्माण केली, की त्या गायकीचे व्याकरण पंडितांनाही कुंठित करू लागले आणि शास्त्रीय दोषांसह ते ऐकत हिंदुस्थानी संगीताच्या गौरीशंकरांनीही डुलत राहावे अशी थोरवी त्यांनी रंगभूमीला प्राप्त करून दिली.' तिसऱ्या प्रकरणात म्हणजे 'संगीत रंगभूमीच्या वाटचालीची नवलकथा' यामध्ये विष्णुदास भावे ते अण्णासाहेब किर्लोस्कर ते गोविंद बल्लाळ देवल असा इतिहास लाडांच्या नजरेतून अनुभवणं कथनातील त्यांच्या शैलीमुळे सुखद होतं. 'गंधर्वयुगाचा उदयकाल', 'द्रौपदीचे महाभारत' व 'शूरा मी वंदिले' या तीनही प्रकरणांमधून लाडांची संगीत नाटकाविषयीची प्रचंड कळकळ, अभ्यास व इतिहास नेटकेपणाने मांडण्याचा यशस्वी प्रयत्न एकूणच कलाजगताला

समृद्ध करणारा आहे. भाऊराव कोल्हटकर, बालगंधर्व आणि केशवराव भोसले या तीनही चैतन्यस्वरांचा यथोचित सन्मान व ज्ञात घटनांपलीकडील व्यक्तिदर्शन 'स्मृतिसंगीता'ला आगळी उंची देते.

आजच्या पिढीने फारसं न ऐकलेल्या सुंद्राबाई जाधव पुणेकरीण यांचं 'तुम्ही माझे सावकार' शीर्षकांतर्गत केलेलं व्यक्तिचित्रण ही लाडांच्या मर्मबंधातली ठेव असावी. 'रूपाने यथातथा असलेल्या सुंद्राबाईंची गानबुद्धी प्रखर, आकलनशक्ती असाधारण झेप घेऊ पाहणारी, आवाज भरदार, निर्मळ, अतिसुरेल, सहज वळणारा-फिरणारा नोकदार, उंच लवचीक; गीतार्थाचे अवधान राखीत लावणीचे गाणे कुठे तोडायचे कसे जोडायचे आणि पुन्हा कसे फेकायचे तीच जाणे! 'कानोजी ठाकूरदासबुवा व नंतर धम्मणखाँसाहेबांकडून शास्त्रीय संगीताची तालीम, गुलाम रसूल खाँ, पं. केशवभय्या बनारसवाले यांच्याकडून ठुमरी, होरी, गझल, कव्वाली, कजरी हे प्रकार आत्मसात करणाऱ्या सुंद्राबाईंनी यशाचा कळस, रसिक जाणकारांचे प्रेम व आयुष्यातील उतार सर्वच अनुभवले. 'एकच प्याला' या एकाच नाटकाच्या संगीत दिग्दर्शनाने रसिक जनमानसात अढळ स्थान मिळवलेली, एचएमव्हीचे सर्वाधिक विक्रीसाठीचे प्रथम सुवर्णपदक मिळालेली, भास्करबुवांचा कृपाप्रसाद लाभलेली, व्ही. शांताराम यांच्या 'माणूस' मधली मैना, संगीतसाहाय्यक म्हणून रेडिओत रुजू झालेली सुंद्राबाई हिच्या अनंत छटा साकारताना, 'दु:खे सांत्वनापलीकडची! तो आजारच ती पांघरून होती.' लाडांचा हा स्वर काळीज चिरून जातो.

बाजाचे बादशाह गोविंदराव टेंबे यांच्यावरील लेखातही सीताकांत लाड यांनी काहीही हातचं राखलेलं नाही. पेटीवादन, नाट्याभिनय, नाट्यगायन, नाट्यलेखन, पद्यलेखन, शास्त्रीय संगीत अशा चढत्या यशस्वी प्रवासात जीवनाच्या अभिमानपूर्ण व्यक्तिमत्त्वात गोविंदराव तळपत राहिल्यास नवल नाही. किंवा व्यवहारातील शिष्टाचारांत मर्यादशील, स्वत:बद्दल बोलणं नाही. ऐकलेल्या मैफलियांचं विपुल गुणगान, संगीत, सौंदर्य आणि सुगंध हे जीवनाचे साथी. गोविंदराव व लाडांचा ऋणानुबंध रेडिओच्या निमित्ताने जडला की त्यापूर्वी, याचा संदर्भ स्पष्ट नसला तरी गोविंदरावांच्या बहुआयामी व्यक्तिमत्त्वाचे सच्ची व्यक्ती म्हणून जडलेल्या आदराने वर्णन, त्यांच्या संगीत योजना व पदं घराणेदार खाँसाहेबांनी, पंडितांनी जाहीर जलशांत ऐकवावीत हा त्यांच्या सेवेचा गौरव, 'ते केवळ पेटीबाजाचे

नव्हेत गायनातील बाजांचे बादशहा होते. आणि हे बाज हस्तगत करताना बहकून न जाता त्यांनी ती बादशाही वैभवाने प्रतिष्ठेत व विवेकात भोगली', या समारोपाच्या वाक्यांत जाणवतो.

'आनंदमूर्ती कृष्णामास्तर' या लेखात इतकं चैतन्य भरलं आहे की मास्तरांना आपण प्रत्यक्षच भेटत आहोत असा भास व्हावा. मास्तरांचा जन्म १८९७ मधला, प्राथमिक शिक्षण पुण्यातल्या नूतन मराठी शाळेतलं. नाटकातील संवाद-गाण्याच्या नकला करण्याच्या आवडीला पोषक म्हणून की काय पण दहाव्या वर्षीच नाटककंपनीत दाखल. सवाई गंधर्वांकडील नाट्यसंगीत शिक्षण ते भास्करबुवांनी गुरू व पितृतुल्य छत्राखाली घेणं व बुवांच्या मृत्यूनंतर कंपनीतील गायनाचार्यांचं आसन बालगंधर्वांनी मास्तरांना देणं या सर्व घटना लाडांमुळे वाचकही साक्षीभावाने अनुभवतो. १९१४ पासून पुढची वीस वर्षं बालगंधर्वांबरोबर व्यावसायिक वावर व प्रत्यक्षात भावाभावाचं नातं जपणाऱ्या मास्तरांनी विंगेत उभं राहून आपल्याच चालीतलं पद बालगंधर्व लीलया आळवत असताना ऐकून 'ही चाल माझी की त्यांचीच असं होऊन जातं', असं म्हणणं ही त्यांच्या उमद्या स्वभावाचं द्योतक आहे. १९३४ पासून गंधर्वप्रधान करारांतर्गत मास्तर बोलपटांचे संगीत दिग्दर्शक म्हणून कार्यरत झाले. 'वंदे मातरम्'च्या झिंझोटी रागातील चालीने या आनंदनिधान व्यक्तिमत्त्वाला देशप्रेम व गांभीर्याचीही डूब मिळाली. पुढे आकाशवाणीवर पुणे केंद्रात संगीत निर्माता म्हणून झालेल्या नियुक्तीत मात्र ते फार रमू शकले नाहीत.

लाडांची गोमंतकीय पार्श्वभूमी, नाट्यसंगीतावर पोसला गेलेला पिंड, त्यातील असंख्य शिलेदारांना प्रत्यक्ष ऐकण्याची संधी व त्यांच्याशी सौहार्द जपण्याची हातोटी, असं असताना ते मास्टर दीनानाथ मंगेशकरांबद्दल न लिहिते तरच नवल! शंकरराव मुजुमदारांनी 'प्रतिबालगंधर्व' हुडकायच्या निमित्ताने हेरलेला हिरा, त्याच्या प्रभावी गायनशैलीतील माधुर्य व आवेश या मिलाफाने नाट्यसंगीत दुनियेत दुंदुभी निनादवू लागला. तर 'ठरला जणू मत्सर राजा', लेख वाचताना गणपतराव बोडसांचं गायन व अभिनयातील वादातीत कौशल्य व कर्तृत्व, बालगंधर्वांशी असलेले पीळ आणि या दोन्हीलाही पुरून उरलेली असूयेची झालर ज्याने जणू सर्व पोशाखाचाच तोल बिघडावा, हे वाचून संगीत रंगभूमीच्या अंतरंगाचाही अचूक अंदाज येतो.

सुरेल आवाज, घरंदाज तालीम, प्रज्ञा व शालीनता यांचा समसमा संयोग म्हणजे हिराबाई बडोदेकर यांचं गायन व व्यक्तिमत्त्व. बालगंधर्व, हिराबाई अर्थात चंपूताई व सीताकांत लाड या त्रयीचं सख्य अनेक पत्रांतून प्रकट झालं आहे. 'व्यंकटेशाय नमः' हा बाबूराव पेंढारकरांवरचा लेख आणि 'उत्सव बहु थोर होत, नटनायक सकल जपत' यात संगीत रंगभूमीचा कोपरान् कोपरा लाडसाहेबांच्या लेखणीने उजळून टाकला आहे.

शेवटच्या मर्ढेकर, गदिमा, बालगंधर्व या तीन लेखांमधे तत्कालीन सामाजिक, सांस्कृतिक संदर्भांपलीकडचे कवी, गीतकार व गायक यांच्या असामान्यत्वाचे धागेदारे सापडतात. विपुल पत्रव्यवहार हाही पुस्तकाचा विशेष लाडांच्या ऋजुतेचं, माणुसकीचं, कलाविषयक जाणिवांचं यथोचित दर्शन घडवतो. फारसं प्रसिद्ध नसलेलं 'स्मृति-संगीत' रसिक वाचकांनी जरूर वाचावं. आणि संगीतसाहित्य रंगभूमीच्या सुवर्णकाळाची सफर करावी, असं मी आग्रहाने सुचवेन.

**

२०
नादब्रह्म अनादि अनंत

काळाच्या उदरात भल्या थोरल्या संस्कृती जिथे गडप होतात तिथे चांगली माणसं आणि त्यांचं बहुमोल कार्य यांचा काय पाड? काळाचा हा महिमा लक्षात ठेवूनही अल्पावधीतच आपल्या भरजरी सांस्कृतिक वारशाला विसरायचं पातक मात्र अभागी!

संगीताच्या क्षेत्रात जवळपास पंचवीस वर्षं मुशाफिरी करूनही गोपाळकृष्ण अनंत भोबे हे नाव व त्यांचं संगीतातील योगदान मला अगदी परवापर्यंत माहीत नव्हतं. अखिल सृष्टीला वेढून राहिलेल्या आहत व अनाहत नादाचं रसाळ आख्यान आळवलेल्या या कलासमीक्षकाचा जन्म गोव्यातील बार्देशमधल्या नेरूल गावी ६ ऑगस्ट १९२० सालचा. अवघ्या अठ्ठेचाळीस वर्षांच्या अल्पायुष्यात नाटक, संगीत, साहित्य, समीक्षा या क्षेत्रांत अफाट ज्ञानलालसा व चिकाटीच्या जोरावर समाराधन करत त्यांनी १३ फेब्रुवारी १९६८ साली ऐहिक जगाचा आकस्मिक रीत्या निरोप घेतला. त्यांचा साहित्यिक ऐवज बघायचा झाल्यास 'चतुरंगरेखा' (१९६१), 'भारताचे भाग्यविधाते' (१९६२), 'आलाप'(१९६३), 'असा आहे माझा गोमंतक' (१९६४), 'सात स्वरश्री' (१९६४), 'पक्षिजीवन' (अनुवादित १९६५), 'नाद' (१९६६), 'मासे आणि मी' (१९६६), 'शापित गंधर्व' (कथासंग्रह-१९६७) आणि 'धन्य ते गायनी कळा' (नाटक - १९६८) असा घसघशीत भरतो.

पॉप्युलर प्रकाशनाने प्रकाशित केलेल्या 'नाद'विषयी मी लिहीत आहे. नाद लक्ष वेधतो, आकृष्ट करतो, संमोहन घालतो, आणि तो कठोर परिश्रमानेच साधता येतो. भोबे यांना या नादब्रह्माचा नाद म्हणजे छंद

जडला. नाद लागल्यापासून जडण्यापर्यंतचा प्रवास होतो तो झपाटलेपणातून! ही नादबाधा किती अस्सल किमया घडवू शकते हे भोबे यांच्या लेखणीतून प्रत्ययाला येतं.

या पुस्तकात एकूण तेरा अप्रतिम लेख वाचायला मिळतात. 'धन्य ते गायनी कळा'मधल्या कीर्तनरंगापासून सुरू झालेला प्रवास संगीतसम्राट रामतनू मिश्र अर्थात तानसेनच्या आयुष्यातील एका तपशिलावर आधारित कथारूपाने संपतो. धावे, कटाव, आर्या, श्लोक, पदे, ओव्या, दोहे, तसंच शास्त्रीय गायनवादनातील ख्याल, रचना, ठुमरी, रागमाला, अभंग आणि एवढंच नव्हे तर कथ्यक नृत्यातले तोडे, तिहाया, रहस म्हणजेच रास या सगळ्यांचा यथोचित सन्मान करणारा लेखनप्रपंच भोबे मांडतात.

राजदरबार, कलाकार व समाज या तीन वेगळ्या स्तरांना लावलेली जोड किंवा अस्तर म्हणजे कानसेन, गुणग्राहक रसिकाग्रणी चाहत्यांचं मन! कलाकाराची आवभगत करणं, संस्थानदरबारी कलाकारांसाठी आपलं वजन खर्ची घालणं, कलाकारांच्या लहरी सांभाळत, चुचकारत तर कधी वडिलकीच्या नात्याने हितोपदेश देणं, कलाकाराच्या पडत्या काळातही त्याच्या कसावर विश्वास ठेवून त्याला पुन्हा उभं राहायला हात देणं किंवा क्वचित प्रसंगी गुरुशिष्याची दिलजमाई घडवणं यांसारख्या कित्येक भूमिका पार पाडणाऱ्या विष्णुपंत छत्रे, वामनराव देशपांडे, रामूभैय्या दाते आदी असंख्य रसिकाग्रणींनी संगीतक्षेत्रातलं चैतन्य सळसळतं ठेवलं आहे. कलाकार आणि पर्यायाने कला जागवायला किती शिलेदार निरलसपणे झटत असतात हे वाचून संगीतवैभवाचा सार्थ अभिमान वाटतो. पुस्तकात वर्णिल्याप्रमाणे प्रसंग पं बिरजू महाराजजींच्या नृत्याविष्कारावर लुब्ध होत तत्क्षणी आपल्या गळ्यातला हार अर्पण करणाऱ्या युवतीचा असो की अपरिचित श्रोत्याला केशरी शिरा, कॉफी आणि झोपायला चटई व उशी देणाऱ्या माऊलीचा असो.

या लेखांमधे आपल्या बावनकशी कलेने यशोशिखर गाठणारे उस्ताद अल्लारखाँ साहेब, विलायत खाँ साहेब, पं ओंकारनाथ ठाकूर, नत्थन पीरबक्ष व हद्दू हस्सू खाँसाहेब, शोभा गुर्टू, सितारादेवी, सदारंग-अदारंग, अख्तरपिया अर्थात वाजिद अली शाह इत्यादी असंख्य अवलियांच्या जमलेल्या वा बिनसलेल्या मैफली, त्यांचा रंग व माहौल अचूक चिमटीत पकडणारं लिहिणाऱ्या भोबेंना मनःपूर्वक सलाम!

शास्त्रीय संगीतातील गायन, वादन व नर्तन या तिन्हींचा सखोल अभ्यास, या देदिप्यमान संस्कृतीविषयीची कृतज्ञतेची भावना, कलाकाराच्या मानसशास्त्रीय जडणघडणीची बूज, बहुश्रुतता आणि सरतेशेवटी नादब्रह्माचा आनंद पुनरावर्तित व परावर्तित करण्याची असामान्य हातोटी असल्याशिवाय इतकं रसीलं लिहिता येणं जवळपास अशक्यप्राय गोष्ट आहे.

परेश प्रभू संपादित 'गोपाळकृष्ण भोबे: चरित्र व साहित्य' या ग्रंथाचं प्रकाशन नुकतंच गोवा मराठी अकादमीतर्फे झालं आहे.

पु ल देशपांडे हे भोबे यांच्या 'असा आहे माझा गोमंतक' च्या प्रस्तावनेत म्हणतात, 'भोब्यांचं बोट धरून आम्ही (पु. ल. आणि दीनानाथ दलाल) मोठा वडिलकीचा आव आणून ग्रंथकारांच्या मैफलीत येऊन बसलो हे खरे. पण आता भोबे त्या मैफलीत बुजुर्ग झाले आहेत. संगीत समीक्षक म्हणून भोब्यांनी मानाचे पान मिळवले आहे. त्यांच्या भाषेत संत आणि पंत कवी गाभाऱ्यातल्या वासासारखा आपल्या अस्तित्वाचा साक्षात्कार घडवून जातात.'

संगीतकार बिथोवेन म्हणतो, 'To play a wrong note is insignificant. But to play without passion is inexcusable.' याची समर्पकता दाखवणारा; संगीतातल्या बारा सुरांत साहित्याचा तेरावा सूर मिसळून भोबे यांनी बांधलेला हा समा दुर्लक्षित राहू नये हीच इच्छा. म्हणून बिथोवेनच्याच, 'Don't only practice your art but force your way into it's secrets.' या उक्तीची महती पटवणारं 'नाद' गारूड आपण जरूर अनुभवाल ही अपेक्षा!

**

२१
चित आनंद

'सुर संगीत रागविद्या,
संगीत प्रमाण जो कंठ दिखावे,
वाको जानिये गुनिग्यानी...'

तिलककामोद रागातला हा बावनकशी पारंपरिक ख्याल रागविद्येचं मर्म बंदिशीच्या सुबक सुरावटीतून व घाटामधून अलवारपणे लपेटून सांगतो. समस्त कलाकार व रसिक आपापल्या कुबाप्रमाणे साधना करताना याचा मनोमन प्रत्यय घेत राहतात.

रागदारी संगीतात 'बंदिशी'ला अनन्यसाधारण महत्त्व आहे. रागविस्ताराच्या नित्य नवीन वाटा सुचवणारी, स्वत: बंदिस्त होऊनही कलाकाराच्या प्रतिभाविहारासाठी मुक्तद्वार देणारी रचना अर्थात बंदिश! आजच्या प्रचलित संगीतासाठी सदारंग, अदारंगापासून अनेक महान कलाकारांनी सांगीतिक टोपणनाव वापरून अक्षरश: लाखो अप्रतिम बंदिशी रचल्या. पं. वि. ना. भातखंड्यांसारख्या ऋषितुल्य व्यक्तीने या नायकाचं अतुल्य स्थान लक्षात घेऊन त्या जवळजवळ दोन हजार बंदिशी संग्रहित व प्रकाशित केल्या. काही बंदिशी इतक्या आपल्याशा केल्या गेल्या की रचयित्याचा नामोल्लेख नसतानाही केवळ मुखोद्गत नव्हे तर मैफलीतही सादर होत आहेत.

अशांपैकीच एका पुस्तकाविषयी मी बोलणार आहे. भातखंडे परंपरेतील उज्वल नायक पं. चिदानंद नगरकर (जन्म २८ नोव्हेंबर १९१९ मूळ बेंगळूरचे. त्यांनी वयाच्या अवघ्या बावन्नाव्या वर्षी म्हणजे २६ मे १९७१ रोजी जगाचा निरोप घेतला. सुरुवातीचे गायनाचे धडे पलुस्कर

पठडीतील भावे मास्तर यांच्याकडे बेंगळुरात गिरवल्यानंतर शालेय शिक्षणाबद्दलच्या एकूण अनास्थेमुळे पालकांनी त्यांना लखनौ येथील मॉरिस कॉलेजमध्ये पाठवले. मूळची कुशाग्र बुद्धी व पं. रातंजनकरांच्या परिपूर्ण तालमीखाली नगरकर प्रतिभावंत शास्त्रीय गायक म्हणून नावारूपाला येऊ लागले. गाण्यातील पंडिती व उस्तादी मिलाफाबरोबरच वादन, नर्तन तसेच हिंदी, इंग्रजी अशा भाषा त्यांनी शिकून घेतल्या.

त्यांचा चौफेर आवाका पाहून १९४६ मुंबईतील साली भारतीय संगीत शिक्षा पीठाचे पहिले प्राचार्य म्हणून त्यांची नियुक्ती झाली. पुढील अठ्ठावीस वर्षांत एक उत्तम शिक्षक व संचालक बनून या संस्थेला मुंबईतील एका गतिमान सांस्कृतिक केंद्राचं महत्त्व मिळवून दिलं. शिकवताना आणि गाताना त्यांनी जवळजवळ पन्नास बंदिशी रचल्या. कैशिकीरंजनी, अंबिकासारंग, जनरंजनीसारखे राग ही त्यांची स्वतंत्र निर्मिती होत.

त्यांच्या अकाली मृत्यूनंतर अनेक वर्षांनी शिष्य वसंत पणशीकर यांनी चिकाटीने त्या सर्व बंदिशींचे स्वरकरण केलं. १९९१ मध्ये पॉप्युलरने 'चित आनंद' हा देखणा संग्रह प्रकाशित केला. उपलब्ध ध्वनिमुद्रणांतून नगरकरांचे कलाविष्कार रसिक अनुभवू शकतात. मात्र बंदिशी कलाकाराची रागाबद्दलची विशिष्ट नजर अधोरेखित करून त्यांच्या गायनशैलीकडे सूत्र रूपाने निर्देश करतात.

नगरकरांचे समकालीन पं. कुमार गंधर्व यांचे बंदिशविषयक विस्तृत विचार 'मुक्काम वाशी' या पुस्तकात वाचता येतात. बंदिशींच्या प्रयोजनाबद्दल कुमारजी म्हणतात, 'बंदिशींच्यामुळे आपण राग फार वेगळ्या प्रकारे मांडू शकतो. जे अरूप आहे ना ते वाटेल ते रूप घेऊ शकते, बंदिशीच्या माध्यमाने. बंदिशीमुळे रागाचा डौलच बदलतो.'

'चित आनंद' पुस्तकातून नगरकरांचा भाषेचा अंदाज, बंदिशींच्या विषयांतील वैविध्य, रचनांचे निरनिराळे घाट अनुभवता तर येतातच. त्या जोडीला पं. एस. सी. आर. भट, मोहन नाडकर्णी, वसंत पणशीकर, वासंती कोडिकल यांचे चिदानंदांच्या व्यक्तिमत्त्वाचा वेध घेणारे लेख व दुर्मिळ छायाचित्रं पुस्तकात अमूल्य भर घालतात. पुस्तकाची नवीन मराठी आवृत्ती नुकतीच प्रसिद्ध झाली असून संगीत रसिक, अध्यापक, विद्यार्थी या सर्वांच्या संग्रही असावं असं हे पुस्तक...

**

२२

देवलीला...

रसिकहो नमस्कार,

'माझे संगीत-रचना आणि दिग्दर्शन' हे केशवराव भोळे यांचं पुस्तक मौजेने जून १९६४ मधे प्रकाशित केलं. 'भावगीते' या लेखात भोळे नोंदवतात, १९२४-२५ च्या काळात 'राजहंस माझा निजला' ही गोविंदाग्रजांची कविता कै. बापूराव पेंढारकरांनी ध्वनिमुद्रित केली होती. माझ्या माहितीप्रमाणे हार्मोनियम, सतार, तबला यांच्या साथीवर कै. दत्त कवी आपल्या काव्यमैफलीत गात असत.तसा फोटो (१८९८ च्या आधीचा) दत्त कवींच्या कवितासंग्रहात आहे. चाली कशा सुचल्या, कोणत्या तत्त्वावर त्या रचल्या याबाबत आपले रचनेचे अनुभव सांगणं इष्ट आहे. १९२८ पासून भोळे स्वतः मैफलीत काव्यगायन करत. त्या दरम्यान जी. एन. जोशी, जे. एल. रानडे, सुरेश हळदणकर, शांता आपटे, ज्योत्स्ना भोळे, मालती पांडे, गजाननराव वाटवे यांपासून अगदी अलीकडे श्रीधर फडके, सुरेश वाडकर, सलील कुलकर्णी इत्यादी अनेक दिग्गजांनी भावगीतांचा वारसा समृद्ध केला आहे. भावगीतांच्या वाटचालीत रेडिओ आणि ग्रामोफोन यांचा सिंहाचा वाटाही आपण जाणतोच.

भावगीताच्या प्रेरणा, त्याची बांधणी, घटनातत्त्वं व रचनापद्धती, अवतारकार्य व ते पार पाडायला मदत करणारे कलाकार यांमुळे तयार झालेल्या भारित क्षेत्राकडे गांभीर्याने पाहणारा अत्यंत सकस आविष्कार म्हणजे १९७८ साली पॉप्युलरने प्रकाशित केलेलं यशवंत देव यांचं 'शब्दप्रधान गायकी' हे पुस्तक होय. दुर्दैवाने, अशा प्रकारची भावगीताची प्रक्रिया उलगडणारी पुस्तकं जेमतेम हाताच्या बोटावर मोजण्याइतकी

असावीत याची कारणमीमांसा देताना अशोक रानडे, 'संगीत-संगती' मध्ये म्हणतात; 'सुप्त संस्कार आणि प्रकट वर्तन, अंतःप्रेरणा आणि सामाजिक घडामोडींना कारक शक्ती, अमूर्त ध्येय विचार आणि त्याला प्रत्यक्ष रूप देणारे संस्कृतिसंकेत इत्यादी सर्वांना वाचा फुटते गीतात. कवी, गायक व संगीत, वादक व कारागिरीसकट सर्व निःशब्द आविष्कार यांना सामाजिक विसरणाचे भाग्य लाभते गीतामुळे. प्रयोगकलांचा विचार अनेकांना त्रासदायक वाटतो कारण, कलाकारी भावणं आणि कलाविचार उलगडणं यांसाठी निरनिराळी साधना लागते याचा विसर पडलेला असतो.'

संगीतकार, गायक-शिक्षक व गीतकार अशा तीनही भूमिकांतून समर्थपणे वावरलेले यशवंत देव जेव्हा वरवर सुगम दिसणारा जटिल प्रकार व प्रक्रिया मांडतात तेव्हा ती कलाकृती गायक, जाणकार, नवागत, रसिक यांच्यासाठी विषयाला आलेखित करणारं दीर्घकाव्यच होतं. अनुभवसंपन्न देवांची शैली मार्मिक, मुद्देसूद, सोपी पण रसाळ आहे. संगीतकार, गीतकार, गायकाचा गृहपाठ कसा असावा याचा सर्वंकष मागोवा घेणारी आहे. काव्याची निवड, गायकाची निवड, शब्द व चाल यांचा अनुक्रम ठरून चालीची बांधणी करताना लावले गेलेले निकष निर्दोष असावेत जेणेकरून जन्माला येणारं गीत तात्पुरत्या लोकप्रियतेच्या लाटेवर स्वार होऊन काही दिवसांनी विस्मृतीत जाऊ नये. तर त्यातल्या सांगीतिक व साहित्यिक मूल्यांचं शिल्प चिरंतन राहावं यासाठी अखंड जागृतीचा मंत्र सांगताना देव कुठंही हातचं राखत नाहीत. गायकासाठी गीताची ओळख, अर्थ व भाव प्रकटीकरण, मेहनत, अवधान, सफाई, शब्दोच्चार, गाण्यातील कृत्रिमता व अनुकरण, मायक्रोफोन, तंबोरा व हार्मोनियमचा वापर आणि हा गानयोग करतानाची तादात्म्यतेची पातळी याचा सखोल विचार इथं मांडला आहे. गेय कविता प्रकरणात चिजांचे वर्ण्यविषय, दुर्बोध कविता, वृत्तं, छंद आणि जाती व त्याला समर्पक तालाकार व सुराकार यांची इत्थंभूत चर्चा झाली आहे. जावई शोधताना पुरुषाला पुरूष इतक्यावर बोळवण न होता जसे लेकीला तो सर्वार्थाने अनुरूप गुणवान असल्याची खातरजमा केली जाते तसेच गीताला चाल लावण्यामागच्या सूक्ष्म विचारांची सिद्धता होण्यासाठी आवश्यक घटकांचा परामर्श घेतला आहे. ललित संगीताच्या चार वर्षीय विद्यालयीन अभ्यासक्रमाची शास्त्रशुद्ध व

कलापूर्ण आखणी हे देवांनी भावसंगीताला चिरयौवन प्राप्त करून देण्यासाठी दिलेलं अमूल्य योगदान आहे.

यशवंत देव (जन्म नोव्हेंबर १९२६ – मृत्यू ऑक्टोबर २०१८) यांनी रेडिओवर सुगम संगीत विभागात सतारवादक म्हणून आपली कारकीर्द सुरू केली. गीतकार, संगीतकार म्हणून त्यांच्या चालीतलं वैविध्य, आवाहकता आणि रसिकांच्या मनातलं शाश्वत स्थान पाहून आपण अचंबित होतो. नमुन्यादाखल... 'अरे देवा तुझी मुले अशी का रे भांडतात', 'त्याची धून झंकारली', 'जीवनात ही घडी अशीच राहू दे', 'गणपती तू गुणपती तू', 'स्वर आले दूरुनी', 'भातुकलीच्या खेळामधली', 'केळीचे सुकले बाग', 'कोटी कोटी रूपे तुझी', 'कुणी जाल का सांगाल का', अशी काही अजरामर गीतं आजही रसिकांच्या हृदयावर राज्य करत आहेत. देवांनी लताबाई, आशाबाई, सुरेश वाडकर, सुधीर आणि श्रीधर फडके, उषा मंगेशकर, अरुण दाते अशा विविध गळ्यांच्या जिथं वापर करून घेतला, तिथं लक्षात ठेवण्यासारखी गोष्ट म्हणजे स्वत: गायक असूनही आपल्या आवाजात गीतं ध्वनिमुद्रित करायचा मोहही कटाक्षाने टाळला. तर मंगेश पाडगावकर, अनिल, शांता शेळके इत्यादींच्या उत्तमोत्तम कवितांना स्वरबद्ध केलं.

उत्पत्ति-स्थिती-लय या त्रिसूत्रीवर आधारित शब्द-सूर-तालाच्या सरासरी तीन ते पाच मिनिटं कालावधीत भावसंगीताचं नादब्रह्म आकाराला येतं. अंतर्धान पावल्यानंतरही गीतकार, संगीतकार व गायक त्याचबरोबर रसिकांना 'शब्दप्रधान गायकी'चा गुह्य कानमंत्र देणारी कार्यशाळा कायम अनुभवण्याची संधी या पुस्तकाद्वारे देवांनी दिली आहे, तेव्हा सर्वांनी तिचा जरूर लाभ घ्यावा ही विनंती.

**

२३
ए दिल-ए-नादान

साधारण दहा वर्षांपूर्वीचा प्रसंग असावा, लताबाईंच्या गाण्याविषयी बोलताना माझ्या एका मित्राने 'रॅपिड फायर' rapid fire च्या धर्तीवर पन्नास-साठच्या दशकातील लताबाईंच्या एकसे एक अजरामर गाण्यांचे मुखडे ऐकवून मला चारी मुंड्या चीत केलं. 'हिंदी चित्रपटाचा सुवर्णकाळ तू ऐकलाच नाहीयेस' हा निष्कर्ष माझ्या वर्मी लागला होता. मग लगोलग त्याच्याच मार्गदर्शनाने लताबाई, तलत, नूरजहाँ, सुरैया यांची अनमोल रत्नं धुंडाळली. सुदैवाने तोपर्यंत यूट्यूबचा 'तिळा तिळा दार उघड' मंत्र बहुकर्णी झाला असल्यामुळे माझ्या जन्माअगोदरच्या तीन साडेतीन दशकांतील हिंदी चित्रपट पिंजून काढता येणं शक्य झालं. माझा वाचनाकडे असलेला कल समजून याच विषयी 'हिंदी चित्रपट संगीत व आविष्कार' हे अशोक रानडे यांचं पुस्तकही वाच, असा सल्लेवजा आदेशही त्याने दिला.

भारतात राजकारण, क्रिकेट आणि चित्रपट संगीत हे सर्वाधिक चर्चिले जाणारे अत्यंत जिव्हाळ्याचे विषय आहेत याबद्दल कोणाचंही दुमत नसावं. सचिनने चुकीच्या बॉलवर शॉट मारला, आशाताई आणि मधुबालाचं 'पाँच रुपय्या बारा आना' ऐकून ती पाहताच का ऐकताच बाला कलेजा खलास झाला, ते अगदी लॉकडाउन विषयी मतप्रदर्शन करताना सामान्यातला सामान्य माणूसही कधीच हातचं राखत नाही. अर्थात त्यामागे 'I never ask thy leave to let me love thee - I have a right' अशी उदात्त भावना असते हे अमान्य करता येत नाही. असो.

'संगीत सान्निध्य' या माझ्या सदरात मी संगीतावरील (प्रामुख्याने शास्त्रीय संगीत) महत्त्वाच्या पुस्तकांचा परामर्श घेतला आहे. मात्र शास्त्रीय काय किंवा जनसंगीत म्हणजे लोकप्रिय संगीतातील लोकसंगीत, नाट्यसंगीत, चित्रपटसंगीत या सर्वच शाखांबाबत 'संगीत-संगती' पुस्तकात अशोक रानडे म्हणतात, 'संगीत, नृत्य वगैरे प्रयोगकलांचे पाईक घ्या, यांचे एक ब्रीदवाक्य असते. मला लिहिता वाचता येत नाही. मला गायला, वाजवायला सांगा.' त्यांच्या मते याचं कारण म्हणजे 'संगीतावरचे लिखाण तीन प्रमाणे होऊ शकते- अनुभवात भर घालण्यासाठी, ज्ञानात वाढ व्हावी म्हणून व माहितीची गंगा वाहावी म्हणून' याबद्दलचा कलाकारांच्या मनातला गोंधळ होय.

'नादवेध'च्या प्रस्तावनेत अच्युत गोडबोले म्हणतात, रागदारीबद्दल सर्वसामान्यपणे बोलायचं झालं तर एक असा सूर ऐकू येतो की, आम्हांला त्यातलं काही कळत नाही! खरं सांगायचं तर त्यातलं काही कळण्याच्यामागे धावण्यापेक्षा त्यातलं भावण्याच्या दृष्टीने ऐकणं जास्त महत्त्वाचं आहे. पण ऐकावं कसं, काय, कलेची सौंदर्यदृष्टी कशी घडवावी/जोपासावी यासाठी केवळ ऐकणं याबरोबरच त्यावरील वाचनही तितकंच गरजेचं आहे असं मला वाटतं.

त्यामुळे अशोक रानड्यांचं, 'शेरे मारणं, माहिती देणं आणि विचार मांडणं या चढत्या क्रमाने अवघड आणि भरीव बाबी आहेत' हे विधान कलेबाबत सखोल जागरूकता ठेवणारं व परिपूर्ण आहे.

हिंदी मराठी चित्रपटसंगीत गायक, गीतकार, संगीत रचनाकार यांबद्दल अनेक पुस्तकं लिहिली गेली आहेत. माझ्या वाचनात आलेली काही उल्लेखनीय... 'शुभ्र काही जीवघेणे' - अंबरिश मिश्रा, 'लता मंगेशकर' - राजू भारतन, 'शिणेमाच्या स्टोरीमागील गोष्ट' - अभिजित देसाई, 'नादवेध' - अच्युत गोडबोले/सुलभा पिशवीकर', 'गुरुदत्त' - भाऊ पाध्ये, 'गाये चला जा' - शिरीष कणेकर, 'माझे संगीत रचना आणि दिग्दर्शन' - केशवराव भोळे, 'सुन जा दिल की दास्ताँ' - जयंत कुलकर्णी, 'आरपार' - बाबूमोशाय, 'गीतयात्री' - माधव मोहोळकर इत्यादी आहेत. मात्र यांतील बहुतांशी पुस्तकं आठवणीवजा व्यक्तिचित्रं रेखाटणारी आहेत.

अशोक रानडे यांचंच २०१० साली आलेलं 'हिंदी चित्रपटगीत : परंपरा व आविष्कार' हे पुस्तक चित्रपट संगीताचा उदय, इतिहास, इतर संगीतकोटींशी त्याचा तौलनिक अभ्यास करणारं, स्वातंत्र्यपूर्व ते २०१० पर्यंतचे संगीत रचनाकार व गाते आवाज यांचा विस्तृत धांडोळा घेऊन ताळेबंद मांडणारं मराठीतील अशा प्रकारचं बहुदा पहिलंच व एकमेवाद्वितीय पुस्तक आहे. हिंदी चित्रपटसंगीताचा संख्यात्मक व गुणात्मक विकास स्पष्ट करताना दहा प्रकरणं व एक परिशिष्ट यांत जवळजवळ सर्व बाबींचा विचार घेतला आहे. प्रसंगोपात्त केला गेलेला मराठीतील कठिण संज्ञांचा वापर जिज्ञासू वाचक आवडीने समजावून घेत पुढे जाईल अशा प्रकारे विवेचनाचा ओघ व रंजक घटक यांचा तोल सांभाळला आहे. सामाजिक शास्त्रं व मानव्यशास्त्र यांतील रानड्यांच्या व्यासंगामुळे लाभलेल्या आगळ्या परिमाणाने विषयाचा परीघ, खोली व जनमानसावरील पगडा याला यथोचित न्याय मिळतो.

चित्रपटनिर्मितीचा ढोबळ इतिहास, हिंदी बोलपटाच्या आरंभकाळापासून स्वातंत्र्योत्तर काळातले रचनाकार तसंच पहिला गाता आवाज वझीर मोहम्मद खान, खुर्शीद, लताबाई इत्यादींच्या शैलीचा, त्यांच्या बलस्थानांचा मागोवा घेताना हे पुस्तक 'पेटीतला मजकूर' शीर्षकांतर्गत वेचक आणि वेधक तपशीलही पुरवते.

'माझे संगीत - रचना - आणि दिग्दर्शन' हे १९६४ मधील पुस्तक यात केशवराव भोळे यांची, 'चित्रपटातील संगीतरचना ही अत्यंत जबाबदारीची कलात्मक बाब आहे. चित्रपट पाहत असताना नुसत्या गोड चाली ऐकून ठेका धरताना ते संगीत वातावरणाला किती धरून आहे, आवश्यक आहे की अनावश्यक आहे, करुण गीतांच्या वेळी हाताने ठेका धरण्याचं भान राहावं का असे प्रश्न प्रेक्षकांनी विचारल्यास संगीताची सुरू झालेली अधोगती थांबायला मदत होईल असं मला वाटतं' ही टीप चित्रपट संगीताचे उपयोजन व तदनुषंगिक विकास यांवर प्रकाश टाकते. तर रानडे यांचं 'हिंदी चित्रपटगीत : परंपरा व आविष्कार' हे चित्रपट संगीताचे विविध घटक, त्याचे जागतिक संगीतातील स्थान, त्यावर केले जाणारे आरोप प्रत्यारोप, बोलपटापासून ए. आर. रहमानच्या 'दिल से' पर्यंतचा प्रवास, त्यातले प्रवाह यावर शास्त्रशुद्ध व कलात्मक या दोन्ही दृष्टिकोनांतून भाष्य करतं.

विल्यम वर्ड्सवर्थ आपल्या 'Lucy Dead' या कवितेत, काहीशा अज्ञातवासात राहिल्यामुळे चाहत्यांच्या प्रेमाला पारखं झालेल्या ल्यूसीच्या निर्वाणाबद्दल सखेद म्हणतो,

"She lived unknown and few could know
When Lucy ceased to be;
But she in her grave and oh,
The difference to me!"

या उलट भरभरून प्रेम लाभलेल्या चित्रपट संगीताच्या चाहत्यांनी मात्र 'घर की मुर्गी दाल बराबर' हा करंटा खाक्या सोडून गाणं गुणगुणताना जरूर जोपासावी अशी त्याची रंजक कहाणी...

**

२४
भातखंडे परंपरा

नोव्हेंबर २०११ साली पंडित ओंकार गुलवाडी यांच्या संकल्पनेवर आधारित 'ठेका' या कार्यक्रमाची तालीम ठरली होती.

त्रितालाचे प्रचलित व अप्रचलित ठेके यांवरील विविध बंदिशींच्या सादरीकरणाचा शेवट समर्पक व्हावा म्हणून भातखंडे परंपरेतले रामदास भटकळ यांनी एक छोटा ख्याल बांधला.

'नादब्रह्म अनादि अनंत
लय ताल चक्र नित विस्तारत
राग ताल सब स्फूर्तिदायक
गायक गुनिजन सब रस गावत'

त्रितालातली ही बंदिश 'मालकंस' रागाच्या पारंपरिक रूपाला अनुसरणारी, तरीही साहित्यिक आशयासाठी रसपरिपोषक अशी आहे. ग्वाल्हेर, किराणा आणि जयपूर घराण्यांतील दिग्गज गुरूंकडून तालीम घेतलेले आम्ही तिघं - आदित्य मोडक, विनायक प्रभू आणि मी - यांनी ती एकत्रितपणे सादर केली. माझ्यासाठी या कार्यक्रमाची सर्वांत मोठी उपलब्धी सांगायची तर लेखन प्रकाशनाच्या परिचित परिघापासून सर्वस्वी वेगळे असलेल्या श्री. रामदास भटकळ यांची झालेली ओळख. यथावकाश मी त्यांच्याकडे गाण्याचं मार्गदर्शन घेऊ लागले.

उस्तादी आणि पंडिती गायकींचा मिलाफ म्हणजे काय हे मला हळूहळू समजू लागलं. मला 'गोरखकल्याण' रागामध्ये एक ख्याल हवा होता हे निमित्त झालं. या रागाची तालीम रामदासजींना मिळाली नव्हती. अशा वेळी त्यांनी 'हिंदुस्थानी संगीत पद्धती'सारख्या ग्रंथातून रागस्वरूप

समजून घेऊन आणि फक्त आग्राच नव्हे तर इतर घराण्यांच्या ज्येष्ठ रचनाकारांनी रचलेल्या बंदिशी पडताळल्या व 'क्रमिक पुस्तक मालिका'सारख्या संकलनातून आत्मसात केल्या. आणि मध्यलय रूपकमधे एका नितांत सुंदर ख्यालाची रचना केली. अलख निरंजन, गावात गोरख ।। बालकनाथ, योगध्यान, शिव शिव करत वितरत ध्यान करत प्रणाम, नंदनंदना ।। रागावरील विवेचनांच्या आधारे बढतीला हात घालून नवनव्या शक्यता आजमावण्याची आणि आलापी व तानक्रिया शास्त्राशी संलग्न ठेवूनही गायन अर्थपूर्ण करण्याची असोशी बाळगली. प्रत्येक रागाच्या सरगमी, एकाहून अधिक विलंबित व द्रुत ख्याल, तेही शक्यतो वेगवेगळ्या तालांत शिकण्यावर रामदासजींनी कायम भर दिला. बंदिश मांडताना स्वर, व्यंजनं, त्यांवरील आघात, प्रवाहित्व, अर्थानुरूप गाण्यासंबंधी कटाक्ष; आकाराशिवाय वेगळी म्हणजे नोमतोम आणि सरगमींमधूनही बढतीची सवय करणं या गोष्टी माझ्यासाठी पूर्वी घेतलेल्या तालमींपेक्षा निराळ्या, तरी संगीताची विद्यार्थिनी म्हणून कक्षा रुंदावणाऱ्या ठरल्या.

रामदास भटकळ यांच्या पंचेचाळिशी दरम्यान सुरू झालेल्या भातखंडे परंपरेतील श्रीकृष्ण रातंजनकर यांचे शिष्य पंडित एस. सी. आर. भट यांच्याकडील सत्तावीस वर्षांच्या तालमीचं सूक्ष्म अवलोकन केल्यावर मला असं दिसलं की, गुरू शिष्याला शास्त्रीय बैठक, नादब्रह्माचं अलौकिक वातावरण, प्रत्यक्ष गायकीची संथा आणि गायकीतील नवनव्या मुक्कामांकडे जाण्याच्या पद्धती तर देतोच पण त्याचबरोबर गुरूच्या एकूण वागणुकीचे, गुरुशिष्य संबंधांचे व ज्ञान संक्रमित करताना दिल्या जाणाऱ्या स्नेहदातृत्वाचे संस्कार शिष्यावर नकळत होत राहतात.

झिंझोटी, श्री. गोरखकल्याण, मारवा, बहार, परमेश्वरी, सालगवराळी, जोगकंस, अभोगी, शाल्मली, वियोगवराळी, सुरंजनी, शिवरंजनी या पूर्वी न शिकलेल्या रागांचा आस्वाद आणि आनंद केवळ माझे गुरू रामदास भटकळ यांच्यामुळे मिळाला, हे सांगितल्याशिवाय पुढे जाणं अशक्य आहे.

पंडित विष्णू दिगंबर पलुस्करांनी संगीत उपासनेसाठी आपल्या शिष्यांमार्फत शास्त्रीय गायनाचा प्रचार आणि प्रसार केला तर विष्णू नारायण भातखंड्यांनी संगीत उपासनेसाठी आपल्या शिष्यांना तत्कालीन उस्तादांकडून विद्यार्जन करायला लावलं, शिवाय अमाप कष्ट घेऊन

मिळवलेल्या पारंपरिक खानदानी बंदिशी संकलित करून आणि त्यांचं शास्त्र आणि नियम यांचा ऊहापोह करून हे सर्व भांडार पूर्ण निरपेक्षपणे भावी पिढ्यांपर्यंत पोचेल याची दक्षता घेतली.

प्राचीन ते प्रचलित (मार्गी ते लक्ष्य) संगीताचा विकास व दुवा प्रस्थापित करणारे ग्रंथ नसताना मौखिक परंपरा हा एकमेव आधार समजला जाई. मुसलमानी अंमल, आपली कला कुटुंबापुरती मर्यादित ठेवण्याची वृत्ती, घराण्यांत देवघेव करण्याचे क्वचित येणारे प्रसंग व गवयांची लिखापिढीशी जेमतेम जवळीक आणि त्यामुळे रागस्वरूप, थाटकल्पना यांत मतांतरं या पार्श्वभूमीवर पंडित विष्णू नारायण भातखंडे यांचं कार्य अतुलनीय आहे.

अठराव्या शतकापासून विकसित होत असलेल्या संगीतशास्त्र, श्रुती, थाटपद्धती, सुगम लिपी, स्वतंत्र बंदिशींची रचना आणि इतरांच्या बंदिशीचं संकलन आणि पं. भारतखंडे यांनी लेखन यासाठी अक्षरशः आपलं आयुष्य वेचलं. थाट व जन्य राग हा त्यांचा सिद्धान्त विस्ताराने मांडणारा 'हिंदुस्थानी संगीत पद्धती' हा अडीच हजार पृष्ठांचा ग्रंथ पॉप्युलरने पाच खंडांत संपादक प्रभाकर चिंचोरे यांच्या देखरेखीखाली प्रकाशित केला आहे. या आवृत्तीत अनेक संस्कृत अवतरणांचे संदर्भ तर दिले आहेतच शिवाय 'लक्ष्यसंगीत' आणि 'अभिनव गीत मजली' या भातखंडे यांच्या संस्कृत ग्रंथाचा मराठी अनुवाद दिला आहे.

**

२५

गुरु हा संतकुळीचा राजा,
गुरु हा प्राणविसावा माझा ॥

रवींद्र नाट्यमंदिर सभागृह रसिकांनी फुलून गेलंय. माणिकताईंचे आप्त, शिष्य, कुटुंबीय, गुरुबंधु-भगिनी, समकालीन कलाकार, नवीन पिढीचे संगीत शिलेदार, म्हणजे सगळेच उपस्थित आहेत. महाराष्ट्र राज्य सरकारचा २०१७ सालचा सर्वोच्च भारतरत्न भीमसेन जोशी जीवनगौरव पुरस्कार कला व सांस्कृतिक मंत्री विनोद तावडे यांच्या उपस्थितीत, असंख्य मान्यवर गुणिजनांच्या साक्षीने, पंडित अरविंद पारिख यांच्या हस्ते माणिकताईंना ८ जानेवारी २०१८ रोजी प्रदान होतोय. 'गवैयाने बोलू नये, फक्त गावे' हा पूर्वापार चालत आलेला संकेत मोडत माणिकताईंची नात निरंजनी त्यांचं मनोगत व्यक्त करत्येय.

:२:

'हा माझा वैयक्तिक सन्मान नसून माझ्या गुरूंचा आशीर्वादच आहे, अशी माझी भावना आहे. आपल्या भारतीय संस्कृतीत गुरुशिष्य परंपरेची धारा अखंड वाहत आहे. शिष्य आणि गुरू या दोन्ही भूमिकांतून मी ही परंपरा जवळून अनुभवली आहे. आणि त्यामुळे तिचे महत्त्व मी जाणते. किशोरीताईंसारख्या प्रतिभावंत कलाकारांच्या सान्निध्यात अनेक वर्षे मला त्यांचा निकट सहवास लाभला. या कारणाने मी त्यांचा प्रवास जवळून पाहिला. संगीताच्या सर्वोच्च शिखरावरील त्यांचा तो लीलया विहार पाहणे-अनुभवणे हा माझा फार मोठा भाग्ययोग होता. तितक्या उंचीवर पोचणे आपल्याला शक्य नसेल, पण मी गुरूची भूमिका घेतल्यानंतर त्या

शिखरांच्या स्वत: दर्शनाची अनुभूती इतरांना मिळावी, त्याचा मार्ग शोधण्याचा आनंद माझ्या शिष्यांना देता यावा यासाठी नेहमी प्रयत्न केले. या गुरुशिष्य परंपरेचे महत्त्व लक्षात घेऊन तिचा गौरव शासनाने केला आहे ही आपल्या सर्वांसाठी अभिमानाची गोष्ट आहे आणि त्यासाठी शासनाचे आभार मानण्याबरोबर मी अभिनंदनही करते.

'मला आनंद होतो की, तरुण पिढीतील गुणी मुले शास्त्रीय संगीतात मनोभावे येतात, रस घेतात, मेहनत करतायेत. हल्लीची पिढी हुशार आहे. त्यांना आधुनिक तंत्रज्ञानामुळे अनेक गोष्टी अगदी सुकर झाल्या आहेत. तुम्हांला एका क्लिकसरशी सगळे काही मिळते. रेकॉर्डिंग्ज सहजसाध्य आहेत. तुम्हांला क्लासमध्ये शिकवलेले रेकॉर्ड करून ऐकून ऐकून पाठ करायची सोय आहे. आमच्या वेळी रेडियोशिवाय दुसरे कोणतेच साधन उपलब्ध नव्हते. हाताशी असलेल्या या साधनांचा पुरेपूर उपयोग तुम्ही करून घ्याल. त्याचा फायदा तुमच्या शिक्षणात नक्की होऊ द्या. फक्त तेव्हढ्यावरच थांबू नका. ही सगळी साधने जरी असली तरी संगीतसाधक व्हायचे असेल तर गुरुशिष्य नात्याशिवाय दुसरा पर्याय नाही. गुरूकडून शिकणे म्हणजे त्याचे फक्त अनुकरण करणे नव्हे. तर गुरूकडून तुमच्या कलेकडे बघण्याची जी सौंदर्यदृष्टी मिळते ती दृष्टी शिकणे. ते स्वत: करून बघितल्याशिवाय येत नाही. गुरूने जसे एखाद्या रागाचे रूप सांगितले, मांडले ते तसेच्या तसे तुम्हांला मांडता येऊन भागणार नाही. तर ते तसे का केले याचा विचार व्हायला हवा.

'दुसरी एक गोष्ट मी तुम्हांला सांगू इच्छिते, की तुमच्या नव्या लोकांच्या मनात सोशल मीडियाचे स्थान इतके मोठे आहे की तुम्ही एखादा नवीन कलाविष्कार केला की तो इंटरनेटच्या महाजालावर टाकता येतो. त्यावर तुम्हांला लगेच प्रतिसाद मिळतो. लोकांची वाहवा मिळते. क्वचित टीकाही होत असेल. पण जे मिळते ते तात्कालिक असते आणि आपल्या भारतीय संगीताचा गाभा जो आहे तो या तात्कालिक संतुष्टीशी मुळातच विसंगत आहे. आपले अभिजात संगीत हे गाणाऱ्याला आणि ऐकणाऱ्याला अंतर्मुख करणारे, विचार करायला लावणारे असे आहे. त्यामुळे तुम्ही सर्व सोशल मीडिया, आधुनिक तंत्रज्ञानाचा सोयीसुविधांचा खुशाल वापर करा. पण हे करताना आपल्या संगीताचा गाभा आपल्याला

जपायचा आहे हे भान असू द्या, अशी मी तुम्हांला सगळ्यांना सरते शेवटी कळकळीची विनंती करते. धन्यवाद!'

'जे स्वधर्मे निष्कामता, अनुसरले पार्था
ते कैवल्यपद तत्त्वता, पावले जगी ।।'

(ज्ञानेश्वरी, अध्याय ओवी ५)

याचं मूर्तिमंत उदाहरण ठरलेल्या माणिकताई मोजक्या पण टोकदार शब्दांत गुरुशिष्य परंपरेची महत्ता, संगीत साधकाने ठेवायचं ध्येय आणि आजच्या नवोदितांना 'युक्तीच्या चार गोष्टी'ही सांगतात.

:३:

शास्त्रीय संगीताच्या क्षेत्राद्वारे माणिकताई शतकातील उल्लेखनीय थोर स्त्रियांमध्ये आपलं स्थान पक्कं करतात, या प्रवासाचा आलेख बघताना व या यशोगाथेचं गुपित कशात दडलं आहे याचा विचार करताना मला ज्या गोष्टी समजल्या त्या उलगडून सांगण्याचा हा प्रयत्न.

याचं नेमकं आकलन होण्यासाठी गेल्या शे-दीडशे वर्षांतील संगीत क्षेत्रातील स्थित्यंतरं लक्षात घेणं तितकंच गरजेचं आहे. पु. ल. देशपांडे 'विश्रब्ध शारदा' च्या दुसऱ्या खंडाच्या प्रस्तावनेत म्हणतात:

'नटाच्या तुलनेने गायकाला आपल्या समाजात अधिक मानमान्यता होती. देवालयाधिष्ठित भारतीय संस्कृतीत गायक हा पुरोहिताइतकाच देवाचा सन्माननीय सेवेकरी होता. गायन हा दरबाराइतकाच देवळात मान्यता असलेला कलाप्रकार होता. त्या कलेतल्या स्त्रियांना सामाजिक मान्यता नव्हती. गाणारणीला गणिकेसारखे लेखले जात होते. ह्याच सुमाराला विष्णू दिगंबर पलुस्करांच्या कार्याला आरंभ झाला.देऊळ आणि दरबार यांपेक्षा निराळे पीठ तयार करून तेथे गायकाची स्थापना झाली पाहिजे, हा फार मोठा विचार त्यांनी आणला. ह्या कलेच्या उपासकांना सामाजिक प्रतिष्ठा लाभावी म्हणून त्यांनी सारे आयुष्य वेचले. स्वत: आचार व्यवहार चांगले राहिले पाहिजेत या विषयी कटाक्ष बाळगला. ही एक सांस्कृतिक चळवळ होती.'

१९२३ साली ग्वाल्हेरच्या श्रीमंत महाराज साहेबांस 'संगीताच्या उद्धारार्थ काहीतरी कायमची संस्था अस्तित्वात येवो' ही तळमळीने प्रार्थना करणारे विष्णू नारायण भातखंडे. त्या उद्‍गारात केवळ गाण्याची तालीम

एव्हढाच भाग न राहता संगीतशास्त्राची पायाशुद्ध चिकित्सा आणि संशोधन हाही विचार होता. इकडे विष्णू नारायण भातखंडे हे कार्य संस्था स्थापून करावं, निरनिराळ्या विद्वानांना एकत्र आणावं, व्यक्ति-माहात्म्यापेक्षा कार्यमाहात्म्य मोठं मानावं असं सुचवताना दिसतात.

एकोणिसाव्या व विसाव्या शतकांतील सामाजिक पार्श्वभूमीमध्ये शास्त्रीय संगीतकलाकार - त्यांतही पुरुष व स्त्रिया - यांच्या बाबतचा वेगवेगळा सामाजिक दृष्टिकोन लक्षात येऊ शकतो. रागदारी संगीताबरोबरच एकीकडे संगीत नाटकांचा सुवर्णकाळ तर दुसरीकडे सिनेमाच्या आगमनाबरोबर पार्श्वगायनाचाही उदय झालेला. अशा परिस्थितीत संगीतकलेच्या क्षेत्रात असंख्य तारे आपल्या तेजाने दिमाखात झळकत होते. यांत स्त्रियांचा वावरही हळूहळू समंजसपणे स्वीकारला जाऊ लागला. सूरश्री केसरबाई केरकर, गानतपस्विनी मोगूबाई कुर्डीकर, अंजनीबाई मालपेकर, सरस्वती राणे, हिराबाई बडोदेकर, गंगूबाई हंगल, ज्योत्स्नाबाई भोळे, माणिक वर्मा, गानसरस्वती किशोरी आमोणकर, शोभा गुर्टू, बेगम अख्तर, लता मंगेशकर, आशा भोसले, प्रभा अत्रे या सर्वांनी आपापल्या शैलीने गानपरंपरेला केवळ समृद्धच केलं नाही, तर निराळी वळणं मिळवून दिली. रसिकांच्या हृदयावर त्यांच्या गायकीची - आवाजाची, अमीट छाप निरंतर राहील यात शंका नाही.

या मांदियाळीत नुसता समावेशच नाही तर आपल्या कर्तृत्वाने 'गायनीकळा' जतन व संवर्धन करणाऱ्या माणिकताईंनी, रूढार्थाने व्यावसायिक कलाकार न होऊनही, पट्टशिष्य ते गुरू हा प्रवास लीलया केला.

गायन ही प्रयोगकला असली तरी रंगमंचप्रदर्शन अर्थात मैफल हेच तिचं एकमेव परिमाण आहे हे समजण्यात गायक हा निव्वळ व्यावसायिक बनून राहण्याचा धोका असतो. गायकीचा आविष्कार केवळ रंजन करण्यासाठी नसून कलेच्या साहाय्याने आत्मचिंतन करून स्वत:शी संवाद साधण्यासाठी आहे हे अमान्य करता येणार नाही. यश आहे तिथं गुणवत्ता असतेच. मात्र प्रत्येक गुणवान कलाकार व्यावसायिक यश संपादन करू शकेल असं नाही. त्यामुळे केवळ याच ध्येयासाठी साधना करण्याचा तकलादू मोह माणिकताईंना शिवला नाही. यामुळे गानसरस्वती किशोरीताईंकडील तालमींच्या ध्यासपर्वात झालेल्या भक्कम पायाभरणीवर

कन्या डॉक्टर अश्विनी भिडे-देशपांडे यांसह अनेक शिष्यांची ज्ञानलालसा माणिकताई अगदी आजपर्यंत भागवत आहेत.

चातकाचिये कणवे, मेघु पाणियेसि धावे
तेथे चराचर आघवे, निवाले जेवि ।।

त्यांच्या समस्त शिष्यांची भावना याहून निराळी नक्कीच नसावी.

:४:

माणिकताईंचे वडील श्रीकृष्ण पोतनीस व्यवसायाने वकील आणि आई गृहिणी. आजी श्रीमती विनूताई पोतनीस या बालगंधर्वांच्या निस्सीम चाहत्या. माणिकताईंच्या सर्व आत्यांनीही आपलं गायनाचं वेड जोपासलेलं. माणिकताईंच्या आणि त्यांच्या आईच्या वयांत अवघं पंधरा वर्षांचं अंतर. आईचं माहेर तसं जुन्या वळणाचं - चालीरितींचं. त्यामुळे आईचा गाण्याकडे फारसा ओढा नसला तरी पोतनीसांच्या घरचं नाट्यसंगीताबद्दलचं प्रेम माणिकताईंमध्ये रुजलंच. पद्माराजे गर्ल्स हायस्कूलमधील शालेय शिक्षणादरम्यान माणिकताईंच्या गायकीची चुणूक गायनमास्तर श्रीयुत मधुकरराव सडोलीकर यांच्या नजरेला पडतच होती. या काळात रेडियोच्या आधारेच माणिकताईंचं स्वयंशिक्षण सुरू होतं. शालेय शिक्षणानंतर वडिलांनी माणिकला संगीताची तालीम द्यायला मधुकररावांना घरीच पाचारण केलं गेलं. हे मधुकरराव म्हणजे जयपूर घराण्याच्या वामनराव सडोलीकरांचे बंधू. सुगम व नाट्यसंगीतात गाजत असलेले सगळे तत्कालीन गवई माणिक वर्मा, ज्योत्स्नाबाई भोळे, हिराबाई बडोदेकर हे मूलत: शास्त्रीय संगीताची संपन्न बैठक असलेले होते. त्यामुळे कुठल्याही प्रचलित संगीतप्रकारासाठी शास्त्रीय संगीताची तालीम आवश्यक हे ठाम मत पोतनीस परिवाराचंही होतं.

:५:

कोल्हापूरमधील महाविद्यालयीन काळात कॉलेज गॅदरिंगमध्ये एका वर्षी मुलांची बरीच हुल्लडबाजी सुरू होती. मुलांनी शांत बसून कार्यक्रम विनाअडथळा पार पडावा यासाठी माणिकताई स्टेजवर आल्या आणि माणिक वर्मा यांचं 'त्या चित्तचोरट्याला का आपले म्हणू मी' असं काही दमदार सादर करून गेल्या की सभागृहात संपूर्ण शांतता पसरली. दुसऱ्या

दिवशी प्राध्यापकांच्या आग्रहास्तव माणिक वर्मांचंच 'बहरला पारिजात दारी' गाणं सादर करून त्यांनी सर्व रसिकांची वाहवा मिळवली. या कामगिरीचं कौतुक कॉलेजने त्यांना चांदीची कृष्णाची मूर्ती देऊन केलं. तो पहिला वहिला जाहीर पुरस्कार त्यांनी आजही जपून ठेवला आहे.

बी. ए. संपवून गाण्यातील पुढील तालमीसाठी पुणे किंवा मुंबईची वाट धरणं आवश्यक होतं. गळ्यावर माणिक वर्मांची गाणी चढल्यामुळे पोतनीस कुटुंबाचे मित्र कोल्हापुरातील संगीतप्रेमी वकील बाबुराव जोशी यांच्या मध्यस्थीने माणिकताई पुण्याला माणिक वर्मा यांच्याकडे शिक्षण घ्यायला आल्या. माणिक वर्मांकडे त्यांनी जेमतेम साताठ महिने शास्त्रीय संगीताची तालीम घेतली.

:६:

दरम्यान माणिकताईंच्या लग्नाच्या वाटाघाटीही सुरू झालेल्या. लेकीचं नियोजित सासर संगीतसाधनेसाठी सर्वार्थाने अनुकूल असावं ही पोतनीसांची मुख्य अटच होती. उच्च विद्याविभूषित गोविंद केशव भिडे यांना 'स्थळ दाखवण्याचा' कार्यक्रम पार पडला. त्याची थोडक्यात हकीकत अशी. नाना चौकात शंकराच्या देवळासमोरच्या घरातलं भिड्यांचं कुटुंब संगीतात रममाण झालेलं. मोठी आई अर्थात गोविंद भिडे यांच्या मातोश्री मूळच्या कीर्तनकार दांडेकरांच्या घराण्यातल्या. स्वत: उत्तम दिलरुबावादक. त्या काळच्या एआयआर कलाकार. बहिणी मुक्ता भिडे व सरला भिडे गानविद्यापारंगत. दोघींनाही प्रथम नारायणराव दातार मास्तरांची अर्थात ग्वाल्हेरची तालीम मिळाली. सुरुवातीला त्या जुगलबंदी सादर करत. पुढे मुक्ताताई आकाशवाणीवर रुजू झाल्या, तर सरलाताईंनी माणिक वर्मा आणि यथावकाश शोभा गुर्टू यांच्याकडे उपशास्त्रीय गायनाची तालीम घेऊन एस.एन.डी.टी. मध्ये प्राध्यापिका म्हणून आपलं कार्यक्षेत्र निवडलं. स्वत: गोविंद भिडे ऊर्फ भाऊंनी दातार मास्तरांकडून सतारीचं व बाबुराव गोखले यांच्याकडून तबल्याचं प्रशिक्षण घेतलं. बाबुराव गोखले हे विष्णू दिगंबरांचे भाचे. ते महाराष्ट्र संगीत विद्यालयात तबला शिकवत.

गोविंद भिडे १९५२ साली एम.एससी. पर्यंत पदव्युत्तर शिक्षण घेऊन विल्सन कॉलेजमध्ये अध्यापक म्हणून रुजू झाले होते. माणिकताईंनी त्या

दिवशी गायलेल्या मारुबिहागलाही गोविंद भिडे यांनी साथ केली. खास करून दातार मास्तरांनी मुलगी सुरेल गाते आहे म्हणून पसंती दर्शवली. मात्र प्राध्यापक नवरा नको म्हणून कळवलेला नकार मध्यस्थामार्फत भिडेंकडे पोचण्यापूर्वीच गोविंद भिडे बीएआरसीत शास्त्रज्ञ म्हणून रुजू झाले. आणि स्वरलयीचा मेळ जुळला.

लग्नानंतर माणिकताईही दातार मास्तरांकडे गाणं शिकू लागल्या. गांधर्व महाविद्यालयाच्या शिस्तीत शिकलेल्या भिडे कुटुंबीयांना स्वरलिपीचा (नोटेशन) आधार न घेताही माणिकताई बिनचूक सुरेल कसं गातात याचं आश्चर्य वाटायचं. माणिकताईंच्या ग्रहणशक्तीच्या, हुबेहूब साठवण करण्याच्या या बलस्थानाचा उपयोग पुढे चकित करणारा ठरणार होता.

:७:

अश्विनी व अमर यांच्या जन्मानंतर सासूबाई अर्थात मोठ्या आईंच्या सूचनेवरून मधुकरराव सडोलीकरांकडून मिळालेली जयपूर गायकी पुढे नेण्याच्या दृष्टीने मोगूबाईंकडे शिकायचा मनोदय झाला. संगीतज्ञ वामनराव देशपांडे यांच्याबरोबर मोगूबाईंच्या भेटीचा योग त्या गोव्याला गेल्यामुळे हुकला, तरी किशोरीताईंनी त्यांना 'काय शिकली आहेस ते गाऊन दाखव' असं सांगितलं. माणिकताईंचा बिहाग ऐकून 'उद्यापासून शिकायला ये', असं फर्मानही काढलं. ही घटना आणि यापुढील कालखंड माणिकताईंच्या आयुष्याची दिशा घडवणारा ठरला.

माणिकताई तेव्हा नाना चौकात तर किशोरीताई जवळच गवालिया टँक येथे मोगूबाईंच्याकडे राहत होत्या. सकाळी १० वाजता ठीक सुरू होणारी तालीम साधारण दुपारी १ वाजेपर्यंत चालत असे. हे साल होतं १९६५. तत्पूर्वी श्री. अरुण द्रविड यांची किशोरीताईंकडे प्रदीर्घ तालीम सुरू होती. मात्र त्यांच्या प्रगत व्यावसायिक शिक्षणासाठी याच दरम्यान तालमीत खंड पडला. माणिकताईंबरोबर, प्रभाताई चंद्रचूड, सुहासिनी मुळगावकर असे इतर शिष्यही अधून मधून असत. मात्र माणिकताईंचं सातत्य आजकाल शहरांमधून कलाशिक्षण ज्या पद्धतीने होतं तसं नसून, पूर्वीच्या गुरुगृही राहून शिकण्याच्या गुरुशिष्य परंपरेला साजेसं होतं. दररोज पहाटे उठून स्वयंपाक करून त्या ठीक १० वाजता किशोरीताईंकडे जात. किशोरीताई नजीकच्या काळात गाणार असल्याच्या रागांची तालीम होत

असे. शिकताना गुरूचं अनुकरण करून त्या स्वरवाक्यांची पुनरावृत्ती करायची असा साधारण रिवाज असे. किशोरीताई तेव्हा तितक्या व्यस्त नव्हत्या. त्यांचा नित्यनूतन उन्मेष ऐन बहरात होता. मोगूबाईंच्या शैलीचा गाभा समजूनही नव्या वाटा चोखाळणं सुरू होतं. रागांची मांडणी, चलनं, अनोख्या स्वरसंगती, नवीन उत्स्फूर्त बंदिशी आणि या सर्वांना कुठंही अटकाव होणार नाही असा हुकमी प्रवाही गळा... माणिकताईंना ही पर्वणीच असली तरी ते आत्मसात करताना साधावी लागणारी तन्मयता, चिकाटी, परिश्रम याला सीमाच नव्हती. तालमीची सुरुवात झाल्यापासून अवघ्या चार दिवसांनंतर गिरगावातल्या लक्ष्मीबागेत झालेल्या कार्यक्रमाला माणिकताईंनी किशोरीताईंना संगीतसाथ केली. इतक्या अल्पावधीत किशोरीताईंसारख्या प्रतिभावान गुरूची मर्जी संपादन करणं याचं एकमेव श्रेय माणिकताईंच्या एकाग्रतेला आहे.

'विष की आहारी पडे
समुद्री पायवाट जोडे
एकी वाग्ब्रम्ह थोकडे
अभ्यासे केले ।।'

(ज्ञानेश्वरी अध्याय १२, ओवी ११२२)

अशी तालीम १९६५ ते १९८२ सतत सुरू राहिली. व्यासांनी महाभारत लिहिताना गणपतीला लेखनिक म्हणून निवडावं तसंच किशोरीताईंच्या ओघाला अडथळा न आणता त्याचं मर्म आपल्या स्मृतीत छापल्याप्रमाणे जतन करावं, असं माणिकताईंनी अभ्यासाच्या, एकाग्रतेच्या आणि दृढनिश्चयाच्या बळावर साध्य केलं. या दरम्यान त्यांना सर्व कुटुंबीयांची भक्कम साथ मिळाली. विशेषत: भाऊंची, गोविंद भिडे यांची.

पुढेपुढे तर असं होऊ लागलं की माणिकताईंशिवाय इतर कोणाचीही रसभंग करणारी स्वरसाथ किशोरीताईंना नकोशी झाली. मुंबई पुण्यातल्या जवळजवळ सर्व, तर बाहेरगावच्या एका दिवसात होऊ शकणाऱ्या मैफिलींना किशोरीताईंच्या मागे माणिकताई असं समीकरणच झालं. स्वत: किशोरीताई, माणिकताई व खुद्द रसिकांसाठीही ही पर्वणी ठरू लागली. किशोरीताई गाताना माणिकताई मधलं अवकाश अशा काही भरत की ऐकणाऱ्यालाही संभ्रम वाटावा. ही केवळ अनुकरणाने साध्य होणारी गोष्ट नव्हे.

‘जे तनु वाचा चित्ते
नाईंकती दुजीये गोष्टी ते
तया एकनिष्ठेचे पिकते
सुक्षेत्र जे ॥’

जणू किशोरीताईंच्या स्वरसंकल्पना, रागभाव आणि सौंदर्यदृष्टीच आपलीशी करून गाणं या उद्दिष्टात त्या कमालीच्या दंग झाल्या. किशोरीताईंच्या गाण्याचा आलेख संवादिनी किंवा सारंगीने रेखला जावा तशी माणिकताईंची स्वरसाथ असे. रेकॉर्डिंगची फार सोय नसताना किशोरीताईंच्या तालमीतून व सहवासातून मिळालेलं प्रत्येक रत्न त्यांनी मन:पटलावर कायमचं कोरून ठेवलं.

मधल्या काळात चार वर्षं किशोरीताईंचा आवाज गेला असताना पडला तेव्हढाच काय तो खंड. शिष्योत्तम म्हणून गाजवलेलं हे ध्यासपर्व सहाध्यायी, तत्कालीन कलाकार, रसिक यांच्याच नव्हे तर मैफिलींच्या ध्वनिमुद्रणामुळे अगदी आजचे संगीतोपासक व रसिक यांचीही दाद मिळवत आहे.

:८:

या पुढचा उल्लेखनीय टप्पा म्हणजे गुरू म्हणून काहीशा अपघातानेच सुरू झालेली माणिकताईंची कारकीर्द. १९७७ साली आकाशवाणी संगीत स्पर्धेनंतर अश्विनीताईला तालमीसाठी कोणाकडे पाठवावं यासाठी सल्ला विचारला असता गानतपस्विनी मोगूबाईंनी ‘तू स्वत:च तिला शिकव’ असा आशीर्वादपर आदेश दिला. तेव्हापासून पहिली शिष्या म्हणून लेक अश्विनीपासून सुरू झालेला विद्यादानाचा वसा निष्ठेने चालवणाऱ्या माणिकताई आजही आपल्या आनंदात मग्न आहेत. वंदना कट्टी, गीतिका वर्दे-कुरेशी, सारंगी आंबेकर, डॉ. ज्योती काळे, श्वेता हट्टंगडी, सोनल शिवकुमार, निषाद मटंगे या माणिकताईंच्या अनेक शिष्यांनी संगीत क्षेत्रात आपापला ठसा उमटवला आहे.

१९९१ जून ते २००० दरम्यान माणिकताईंकडची माझ्या तालमीची आनंदयात्रा हा एक अनमोल ठेवा आहे. तालमीची सुरुवात झाली तिलककामोद रागातल्या ‘सुर संगत रागविद्या’ या रूपक तालातल्या ख्यालाने. दर मंगळवारी सकाळी ९ वाजता दिवाणखान्यात मी तानपुरा

गवसणीतून काढावा इतक्यात माणिकताईंचं प्रसन्न आगमन होत असे. बहुतेक पांढऱ्या किंवा फिकट रंगाची सुती कोटा साडी, चेहऱ्यावरून ओसंडणारं तजेलदार स्मित, डोळ्यावर सोनेरी फ्रेमचा चष्मा, लक्ष वेधून घेणारं मोठं कुंकू, जरब आणि जिव्हाळा यांचं बेमालूम मिश्रण अनुभवायला येई.

ख्यालाची अस्ताई अंतरा तालासुराच्या आखणीप्रमाणे बांधेसूद व नेमका येईपर्यंत घोटणं. मग ख्यालाबरोबर अत्यंत सुसंगत रेखीव आलापी सुरू होई. एखादी स्वरसंगती तशीच्या तशी येण्यावर त्यांचा नुसता कटाक्षच नसे तर त्या खनपटीलाच बसत असत. इथं श्वास कमी पडला, तिथं आसच नाही राहिली, तानेतला दाणेदारपणा घसरला, सूर चढा अथवा कणसूर लागला, अशी अनेक व्यवधानं सांभाळावी लागत. वर्षानुवर्षं ना तळमळ कमी झाली त्यांची ना शिकवण्यातला उत्साह! सौंदर्यविषयक मापदंडही तितकेच सखोल आणि गायकीत मुरलेले. ज्या मोजक्या गुरूंनी वा कलाकारांनी शास्त्रीय संगीताच्या मैफिलीत ख्यालाबरोबरच ठुमरी, दादरा, भजन, होरी, कजरी, अभंग इत्यादी उपशास्त्रीय संगीतप्रकारांनाही त्यांचं उचित महत्त्व देऊन स्थानापन्न केलं त्यांत माणिकताईंचं नाव खूप वरच्या क्रमांकावर येईल याची मला खात्री आहे. शास्त्रीय व उपशास्त्रीय दोन्ही प्रकार गाताना ठुमरी दादऱ्याप्रमाणे ख्याल चंचल वाटू न देणं किंवा दादऱ्याला ख्यालाचा बोजडपणा येऊ न देणं ही गायकाची अवघड परीक्षा असते. दोन्हींचा विस्तार सांभाळताना आवाजाच्या लगावापासून शब्दोच्चार, हरकती, खटके, मुरक्या यांचा वापर किंवा त्यांच्याशी सहेतुक राखलेला दुरावा अशा अनेक गोष्टींवर नियंत्रण ठेवावं लागतं. नायकी कानड्यातला 'मेरो पिया रसिया', हा ख्याल, 'सावरिया आजो म्हारा देस' हे मीराभजन, किंवा 'ले ऐले पतिया बभनवा' हे बिहारचं लोकगीत सारख्याच सिद्धहस्तपणे शिकवणाऱ्या माणिकताईंचं शिष्यत्व मला लाभलं याचा मला अभिमान वाटतो.

:९:

माणिकताईंनी संतकाव्यांना दिलेल्या चाली हा शास्त्रीय व सुगम संगीताचा सांधा नजाकतीने जुळवल्याचा उत्कृष्ट नमुना आहे. ख्यातनाम गायकगायिकांनीही 'आता कुठे धावे मन' (भीमपलास आधारित) किंवा

‘तुज पाहता सामोरी दृष्टी न फिरे माघारी’ (भैरवी आधारित)सारख्या त्यांच्या अनेक रचना मैफलीत सादर केल्या आहेत.

कोणत्या रागानंतर कोणता राग गावा, किती वेळ गावा, त्याप्रमाणे तयारी कशी करावी हा वस्तुपाठ त्यांनी घालून दिला आहे. घरसजावट असो किंवा रागातील स्वरसंवाद असो, रंगसंगतीचा ताळमेळ बिघडू नयेच, पण कलाकाराच्या अभिरुचीचा तो उत्तम नमुना वाटावा ही त्यांची शिस्त आहे. शिष्यांनी वेगवेगळ्या संगीतस्पर्धांमध्ये भाग घ्यावा असा आग्रह धरण्यापासून ते त्यांच्या छोट्यामोठ्या मैफिलींतील सादरीकरणाची तयारी कसून करून घेण्यापर्यंत सर्वच गोष्टींना त्यांचं सतत उत्तेजन असतं.

अश्विनीताई जेव्हा पं. रत्नाकर पैबुवा यांच्याकडे जयपूरच्या ठेवणीतल्या रागांची तालीम घेऊ लागली तेव्हा माणिकताई केवळ तत्त्वत: प्रोत्साहन देऊन थांबल्या नाहीत, तर पैबुवांच्या निधनानंतर त्यांच्याकडून घेतलेल्या अनवट रागांची (माणिकताईंना प्रत्यक्ष त्या रागांची तालीम मिळालेली नसूनही) व बंदिशींची उकल आणि बढत त्यांनी अश्विनीताईंला सांगितली. रागाकडे पाहायच्या आईकडे उपजत असलेल्या ह्या सौंदर्यदृष्टीच्या व अपरिचित रागांतील स्वराकृतींचा वेध घ्यायच्या वैशिष्ट्याने अश्विनीताईही चकित झाली.

या सर्व प्रवासात कौटुंबिक सौहार्द जपलेल्या माणिकताई नि:संशय मुळात एक घरेलू व्यक्तिमत्त्व आहेत. कुटुंबात अगदी जवळच्या नातेसंबंधांत सांगीतिक हेवेदावे असल्याची उदाहरणं आपण बघत असतो, तरी आम्ही जवळून पाहिलेल्या माणिकताईंकडे याचा मागमूसही नाही. सांगीतिक चर्चा, ऊहापोह पासून शिष्यांबरोबरही भाऊंनी तबला संगत करणे, अश्विनीताईंच्या यशाबद्दल सार्थ अभिमान बाळगणं, तिच्या शिष्यांनाही माणिकताईंकडे खुलं दालन असणं, मुक्ताताई, सरलाताईंशी समृद्ध सांगीतिक देवाणघेवाण, शिष्यांच्या कुटुंबीयांशीही जिव्हाळ्याचे संबंध असणं यांमागे माणिकताईंचा मोकळा, परखड व उमदा स्वभाव आहे हे नक्की. वयाच्या ह्या टप्प्यावर तब्येतीच्या छोट्यामोठ्या तक्रारींनी हैराण होत असल्या तरी माणिकताई संगीताच्या नादब्रह्मात बुडालेल्या आहेत. ‘जुनं ते सोनं’ आहेच; परंतु नव्यातल्या भावलेल्याचीही त्या आवर्जून नोंद घेताना. ‘अगं मला ‘कधी तू रिमझिम झरणारी बरसात’

हे ऋषिकेष रानडेंनी गायलेलं गाणं आवडलं', असं सांगत ते चक्क गुणगुणूनही दाखवतात.

महाराष्ट्र राज्य सरकारच्या भारतरत्न भीमसेन जोशी जीवनगौरव पुरस्काराबरोबर त्यांच्या संगीत क्षेत्रातील योगदानासाठी चेंबूर फाइन आर्ट सोसायटी, आयटीसी पुरस्कार आणि अगदी अलीकडेच अन्नपूर्णादेवी फाउंडेशन जीवनगौरव पुरस्कार याने त्यांना गौरवलं आहे. गुरूने दिलेली विद्या पुढिलांना देण्याचं कर्तव्य निष्ठेने केलेल्या माणिकताईंनी संगीताचा वारसा आणि वसा कन्या डॉ. अश्विनी भिडे देशपांडे आणि पुत्र डॉ. अमर भिडे यांच्याकडे सुपूर्द केला आहे. डॉ. अमर यांनी पंडित ब्रिजनारायण यांच्याकडे सरोदची तालीम घेतली आहे.

माणिकताईंच्या यशामागे अजोड गुरुनिष्ठा व अथक परिश्रम आहेतच. पण त्यांच्या यशाचं सार्थकत्व अण्णासाहेब किर्लोस्कर यांनी म्हटल्याप्रमाणे 'मजा फार उत्तम आली.' या कलाप्रपंचाच्या प्रयोजनात दडलेलं आहे. पुलंच्या शब्दांत सांगायचं तर 'अशी उत्तम मजा (कसली तरी फालतू मजा नव्हे) करणारी ही माणसं व ती साधण्यासाठी जिवाचं रान करणारी'.

ज्ञानेश्वर म्हणतात :

'जैसे दीपकळिका धाकुटी
परी बहु तेजाते प्रकटी
तैसी सद्‌बुद्धी हे थेकुटी
म्हणो नये ।।'

नादब्रह्माच्या साधनेत गर्क राहिलेल्या माणिकताईंच्या व्रतस्थ आचरणाला माझे शतशः नमन.

**

* 9 7 8 8 1 9 5 5 1 2 7 7 5 *
FCW - #0171 - 061026 - C0 - 216/140/8 - PB - 9788195512775 - Matt Lamination